ப்ராஜக்ட் மேனேஜ்மேண்ட்

ப்ராஜக்ட் மேனேஜ்மெண்ட்

இரா.முருகன்

கிழக்கு

ப்ராஜக்ட் மேனேஜ்மெண்ட்
Project Management
Era. Murugan ©

First Edition: September 2010
144 Pages

ISBN 978-81-8493-542-4
Kizhakku - 540

Kizhakku Pathippagam
177/103, First Floor,
Ambal's Building, Lloyds Road
Royapettah, Chennai 600 014.
Ph: +91-44-4200-9603

Email : support@nhm.in
Website : www.nhm.in

Author's Email : eramurukan@yahoo.com

Cover Image : Shutterstock ©

Kizhakku Pathippagam is an imprint of New Horizon Media Private Limited

'ப்ராஜக்ட்னு சொன்னா அதை எடுத்துச் செய்யற குழு; வெளிநாட்டிலோ உள்நாட்டிலோ உட்கார்ந்துக்கிட்டு இவங்களை வேலை செய்யச் சொல்லிப் பணம் தர வாடிக்கையாளர்; அந்த வாடிக்கையாளர் பெரிய நிறுவனமா இருந்தா, அதுலே பல துறையிலும் உத்தியோகம் பாக்கிற அதிகாரிகள், ஊழியர்கள். இப்படி ப்ராஜக்ட்லே இருக்கப்பட்ட பங்குதாரர்கள் எல்லோரையும் ப்ராஜக்ட் நடத்துற, முடிச்சுக் கொடுக்கிற விதத்திலே ப்ராஜக்ட் சம்பந்தமான அவரவர் விருப்பப்படி திருப்தி செய்யறதும் ப்ராஜக்ட் மேனேஜருடைய பிரதான வேலை. சட்டுனு முடிவு எடுக்க வேண்டிய ஆயிரம் பிரச்னை எட்டிப் பார்க்கும். புதுசு புதுசா பிரச்னை வந்து குதிக்கும். எல்லாத்தையும், எல்லோரையும் சமாளிக்கணும். அதுக்கு அவர் சகலரோடயும் நிறையப் பேச வேண்டி இருக்கும். எழுத வேண்டி இருக்கும்.'

முன்னுரை

வரவரக் கனவுகள் கூட சிக்கல் இல்லாத விஷயங்கள் ஆகி விட்டன. பள்ளியில் படிக்கும் தலைமுறைக்கு, பெரும்பாலும் பொறியியல் படித்து கம்ப்யூட்டர் துறையில் பட்டம் வாங்குவதே லட்சியம். கல்லூரியில் கம்ப்யூட்டர் துறையோ எலக்ட்ரா னிக்ஸோ படிக்கும் இளைஞர்களுக்கும் இளம் பெண்களுக்கும் படித்து முடித்து நல்ல கம்ப்யூட்டர் கம்பெனியில் வேலையில் சேர்வது கனவு.

கம்ப்யூட்டர் கம்பெனியில் வேலைக்குச் சேர்ந்து இரண்டு வருடம் கழித்த இளைய தலைமுறை என்ன செய்கிறது? கல்யாணம் செய்துகொள்கிறதோ இல்லையோ, கம்பெனியில் நிறைவேற்றப்படும் ப்ராஜக்ட் நிமித்தம் மூன்று மாதமோ ஆறு மாதமோ வெளிநாடு போய்த் திரும்புவதே இவர்களுக்குக் குறிக்கோள். அது நிறைவேறினால், சீனியர் எஞ்சினியர், குழுத் தலைவர் என்று பதவி உயர்வு, இன்னும் கொஞ்சம் வெளிநாட்டுப் பயணம் என்று அடுத்த கனவு.

இந்தக் கனவும் பலித்தால்? பலித்துக்கொண்டிருக்கிறது பல பேருக்கும். அவர்களிடம் கேட்டுப் பாருங்கள், திருப்திதானே என்று.

ஊஹு‍ூம். இன்னும் ஒரு கனவு பாக்கி இருக்கிறது. என்னது அது?

ப்ராஜக்ட் மேனேஜர் என்ற திட்ட நிர்வாகி ஆகவேண்டும். நூற்றுக்கணக்கான கம்ப்யூட்டர் வல்லுனர்கள் தன் தலைமையில் பணிபுரிய, பல லட்ச ரூபாய் மதிப்புள்ள கம்ப்யூட்டர் சாஃப்ட் வேர் உருவாக்கும் திட்டங்களை நிர்வகித்து, வாடிக்கை யாளர் திருப்தி அடையும்வகையில் அவற்றை வெற்றிகரமாக முடித்துத் தரவேண்டும். இதுதான் கம்ப்யூட்டர் துறையில் காலூன்றித் தழைத்துக்கொண்டிருக்கும் அடுத்த தலைமுறையின் லட்சியம்.

ப்ராஜக்ட் மேனேஜ்மெண்ட், தற்போது உலகில் வெற்றிகரமான தொழில்களில் ஒன்று. கம்ப்யூட்டர் ப்ராஜக்டோ, பலமாடிக் கட்டடக் கட்டுமான ப்ராஜக்டோ, இந்தத் தொழில் வல்லுனர் களுக்கு உலகமெங்கும் வரவேற்பு. அமெரிக்காவில் பென்சில் வேனியா மாநிலத்தில் இந்தத் தொழிலுக்கான கல்விக் கழகமான ப்ராஜக்ட் மேனேஜ்மெண்ட் இன்ஸ்டிட்யூட் இயங்கி வருகிறது. உலகமெங்குமாக ஆயிரத்து ஐநூறு கிளைகள் இதற்கு. பல நாடுகளிலிருந்தும் ஐந்து லட்சம் பேர் இதில் உறுப்பினர்கள்.

ப்ராஜக்ட் மேனேஜ்மெண்ட் இன்ஸ்டிட்யூட், இத்தொழிலில் ஈடுபடுபவர்களுக்காக ஒரு தேர்வை நடத்துகிறது. ப்ராஜக்ட் மேனேஜ்மெண்ட் புரபஷனல் (பி.எம்.பி) என்ற இந்தப் பட்டம் பெற்ற ப்ராஜக்ட் மேனேஜர்களுக்குச் சென்ற இடமெல்லாம் சிறப்பு. தேர்ச்சி பெறக் கொஞ்சம் கடினமான இந்தப் பரீட்சைக்குத் தயார்படுத்தும் கல்வி நிறுவனங்களும் பெருகி வருகின்றன. கிட்டத்தட்ட முப்பதாயிரத்திலிருந்து ஐம்பதாயிரம் ரூபாய் வரை இந்தக் கல்விக்காகச் செலவிடவும், அதே தொகைக்கு இந்தத் தொழில் தொடர்பான புத்தகங்கள் வாங்கவும் இளைஞர்கள் ஆர்வம் காட்டி வருகின்றனர். காரணம், ஏற்கெனவே சொன்ன, பெயருக்குப் பின்னால் பி.எம்.பி பட்டம் தரும் சிறப்புதான்.

திட்ட நிர்வாகம் தெரிந்தால் அந்த அறிவை நம் சொந்த வாழ்க் கையில் வெற்றி அடையவும் பயன்படுத்திக் கொள்ளலாம். இதற்கு ப்ராஜக்ட் மேனேஜராக இருக்கவேண்டிய அவசியமே இல்லை.

எல்லோருக்கும் பெய்யும் மழை இது.

1

ப்ராஜக்ட்

விடிந்து கொண்டிருந்தது

குரு தியானத்தில் இருந்தார். சாந்தமான சூழ்நிலை. ஆஸ்ரமம், மடம் எல்லாம் ஏதுமில்லை. விவகாரமும் இல்லை. குடில் மட்டும்தான்.

சிஷ்யன் குடுவையோடு உள்ளே நுழைந்தான். கள்ளிச் சொட்டாட்டம் காப்பி அதற்கு உள்ளே. உடுப்பி ஓட்டலின் மணிச்சித்திரத் தாழ் திறக்கக் காத்திருந்து கொதிக்கக் கொதிக்க வாங்கி நிரப்பிக் கொண்டு வந்திருந்தான்.

குரு அரைக் கண்ணைத் திறந்தார். 'நிலையானதில்லை' என்று ஒரு வார்த்தை மட்டும் சொன்னார்.

'எது நிலையானதில்லை குருவே? வாழ்க்கையா?'

சிஷ்யனின் வினாவுக்குப் பதில் சொல்லாமல் ஒரு புன்சிரிப்போடு குடுவைப் பக்கம் கையை நீட்டினார் குரு.

சூடான காப்பி. கடைசிச் சொட்டும் உள்ளே இறங்கும்வரை சிஷ்யன் பொறுமையாகக் காத்திருந்தான். பொறுமை இல்லா விட்டால் ப்ராஜக்ட் மேனேஜ்மெண்ட் படிக்க முடியாது.

'வாழ்க்கை இல்லை. ப்ராஜக்ட். திட்டம். அது தாற்காலிகமானது. இடைவிடாது தொடர்வது இல்லை.'

குரு தொண்டையைக் கனைத்துக்கொண்டு தொடங்கினார். 'மற்ற மாணவர்கள் எங்கே?'

'நேற்று அடித்துப் பிடித்துப் போய் சந்திரமுகி ராத்திரிக் காட்சி பார்த்து விட்டுத் தூங்கிக்கொண்டிருக்கிறார்கள் குருவே.'

சிஷ்யன் சொன்னபோது குரு கலகலகலவென்று சிரித்தார். குப்புறப்படுத்துத் தூங்கிக்கொண்டிருந்த மற்ற சீடர்கள் காதில் அது லகலகலகலகலக என்று விழ, அவர்கள் நிமிர்ந்து எழுந்து அப்புறம் அடித்துப் பிடித்து எழுந்தோடி வந்து குருவுக்கு முன்னால் கண்ணைத் துடைத்துக்கொண்டு உட்கார்ந்தார்கள். வகுப்பு களைகட்டி விட்டது.

'ப்ராஜக்ட். திட்டம், புதிய காரை உருவாக்கும் ப்ராஜக்ட். புது அணையைக் கட்டும் திட்டம். புத்தம் புதுத் தொழிற்சாலை அமைக்கும் ப்ராஜக்ட். புதுத் திரைப்படம் எடுப்பது. கம்ப்யூட்டர் மென்பொருள் என்ற சாஃப்ட்வேரை எழுதி வடிவமைக்கும் திட்டம். எதுவும், நிலையானதில்லை. தாற்காலிகமானது. இதுவே ப்ராஜக்ட் என்ற சொல்லின் முதலும் முடிவுமான விளக்கம்.'

குருமொழியை முன்பாரம் பின்பாரம் சேர்த்து முதலிலேயே வந்து சேர்ந்த சீடன் வழிமொழிந்தான்.

குரு கைகாட்டி அவனை நிறுத்தினார்.

'அவசரக் குடுக்கை. நான் சொன்னதையும் சொல்லாததையும் சேர்த்து என் பெயரில் கதைக்கிறாய்... நீ ப்ராஜக்ட் மேனேஜர் ஆவாயோ என்னமோ, அரசியலில் ஈடுபட்டால், கூட்டணி கூட்டணியாகத் தாவிப் பேர் வாங்குவாய்.'

அரசியலில் ஈடுபடத் தனக்கு ஆரூடம் அருளியது குரு சாபமா அல்லது ஆசியா என்று புரியாத சீடன் எதற்கும் இருக்கட்டும் என்று குருவுக்கு அடுத்த குவளை காப்பியை விளம்பிக் கொடுத்தான்.

‘ப்ராஜக்ட் தாற்காலிகமானது. ஒன்று அல்லது ஒன்றுக்கு மேற்பட்ட தொழில் வல்லுனர்களாலும் தொழிலாளர்களாலும் நிறைவேற்றப்படுவது. திட்டம் நிறைவேற ஒதுக்கப்படும் நிதி, அதை நிறைவேற்ற உழைக்கும் தொழிலாளர்கள், பயன்படுத்தப் படும் தளவாடங்கள் எல்லாவற்றுக்கும் ஒரு வரையறை உண்டு. ப்ராஜக்ட் என்பது திட்டமிட்டு நிகழ்த்தப்படுவது. நிகழும்போது பல தளங்களிலும் கண்காணிக்கப்படுவது. ஒவ்வொரு ப்ராஜக்ட் முடியும்போதும் தனித்தன்மை வாய்ந்த ஒரு விளைவு, பயன் தரும் பொருள் அல்லது சேவை பிறக்கும். இதெல்லாம் சேர்ந்ததுதான் ப்ராஜக்ட் என்பதின் விளக்கம்.’

குரு முடிக்கும் முன், பின் வரிசைச் சீடன் ஒரு கையை உயர்த்தி னான்.

‘அது எப்படி குருவே ஒவ்வொரு ப்ராஜக்டும் தனித்தன்மை வாய்ந்த ஒரு பொருளைப் பிறப்பிக்கும்? எனக்குத் தெரிந்து வீடு கட்டும் திட்டங்களை நிறைவேற்றும் ஒரு நிறுவனம் பதினைந்து வருடமாக அதே மாதிரியான ப்ராஜக்ட்களை நிறைவேற்றி, ஒரே மாடலில் வரவேற்பறை, காற்று சரியாக வராத படுக்கை அறை, கீக்கிடமான சமையலறை, வழுக்கி விழ வைக்கும் குளியலறை என்று கட்டிக் கொடுத்துக்கொண்டிருக்கிறது. வெளியிலிருந்து பார்த்தாலே யார் கட்டியது என்று சொல்லிவிடலாம். இதில் என்ன தனித்தன்மை இருக்கிறது?’

குரு கருணையோடு சிரித்தார். அடுக்குமாடிக் குடித்தனத்தின் சிரமங்களை அனுபவிக்கும் சீடனைப் பார்த்துப் பொங்கும் கருணை அது. அவரும் பூர்வாஸ்ரமத்தில் தண்ணீர் வராத பிளாட்டில் குடியிருந்து இப்போது நிம்மதியாகக் குடிலுக்கு இடம் பெயர்ந்தவர்தான்.

‘ஏம்பா, சைதாப்பேட்டையிலே கட்டின வீடும் சவுக்கார் பேட்டையிலே கட்டினதும் ஒண்ணா? நெல்லையிலே கட்டி வச்ச ரெண்டு பெட்ரூம் ஃபிளாட்டும், அதே பிளான் பிரகாரம் கோவையிலே அச்சு அசலா அதே மாதிரிக் கட்டினதும் ஒண்ணா, இல்ல வேறே வேறயா? சொல்லுபா.’

குரு செம்மொழியிலிருந்து சென்னை மொழிக்கு மாறினார். சர்க்கரை கம்மி, டிகாஷன் ஜாஸ்தி, டபுள் ஸ்ட்ராங்க் பானத்தின் மகிமை அது.

‘ஒரே நதியில் நீ இரண்டு தடவை கால் வைக்க முடியாது என்கிறார்கள் ஜென் குருமார்கள். நதி பெருகி ஓடிக்கொண்டே இருக்கிறது. போன வினாடி காலை ஈரமாக்கிய தண்ணீர் இல்லை இந்த வினாடி காலில் படுவது. அது போல், ஒரே மாதிரியான பொருளைத் திரும்பத் திரும்ப உருவாக்கினாலும், ஒவ்வொன்றும் அது காலம், இடம், இயல்பு என்று பல விதத்தில் தனித்தன்மை வாய்ந்தது.’

‘ப்ராஜக்ட் என்பதை இன்னும் கொஞ்சம் விளக்கலாமா?’

வாசலில் வளையல் சத்தம் முன்னாலும், குரல் அப்புறமும் வந்தது.

பெண் சிஷ்யைகள் இருவர். இந்தக் கோடைகால வகுப்புக்கு முந்திய குளிர்கால வகுப்பில் கசடறக் கற்று ப்ராஜக்ட் மேனேஜ்மெண்ட் தொழிலில் சிறப்பாக முன்னுக்கு வந்து கொண்டிருப்பவர்கள் அவர்கள்.

‘நாங்க வராமலேயே ஆரம்பிச்சிட்டீங்களா குருவே? உங்களுக்குப் புது சீடர்கள்தானே உசத்தி?’ அந்தக் குடிலையே நாலு டன் ஏர் கண்டிஷனர் வைத்ததுபோல் குளிர வைத்த புன்னகையும் செல்லக் கோபமுமாகச் சொன்னாள் அதில் ஒருத்தி.

‘பருப்பில்லாமல்... சரி ஆடித் தள்ளுபடியில் ஐந்தோ ஐம்பதாயிரமோ கலர் உள்ள பட்டுப் புடைவை வாங்காமல் கல்யாணமா? இப்போதுதான் தம்பூராவை எடுத்து வைத்து சுருதி மீட்டிக் கொண்டிருந்தேன்.’ குரு முடிக்கும் முன் முன்வரிசை சிஷ்யன் குறுக்கே ரூட் போட்டான்.

‘டைட்டில் கார்ட்தான் ஓடிச்சு மேடம். ப்ராஜக்ட் தாற்காலிகமானதுன்னாரு. பலபேரு சேர்ந்து இழுக்கற தேரு மாதிரியாம் அது. கச்சிதமா பிளான் பண்ணி, திட்டமிட்டபடி ப்ராஜக்டை நிறைவேற்றணும். அப்புறம் என்னவோ சொன்னாரே... ஆமா, ஒவ்வொரு ப்ராஜக்ட்டும் தனித்தன்மை யோடு ஒரு பொருளையோ, சேவையையோ உருவாக்குமாம்.’

‘ப்ராஜக்ட் என்கிறதை என்னத்துக்கு எடுத்துச் செய்யணும்?’ இரண்டாம் சிஷ்யன் நியாயமான சந்தேகத்தைக் கிளப்பினான்.

‘நல்ல வேளை! கடைசி ரீல் முடிஞ்சு வணக்கம் போட்டதுக்கு அப்புறம் துண்டுச் சீட்டு விடாமல் இப்போ கேட்டியே. வாழ்க.’ குரு குறுந்தாடியைத் தடவிக்கொண்டார்.

‘கூடிக்கிட்டே போகிறது போக்குவரத்து. வாகன யோகம் கடவுள் அருளாலே பல பேருக்கும் கிடைச்சுக்கிட்டு இருக்கு. யோகம் இருந்தும், ஷோரூம்லே போய் பணத்தைக் கொடுத்தா உடனே மோட்டார் சைக்கிளோ, ஸ்கூட்டரோ கிடைக்கலேன்னு வச்சுக்கோ. அதாவது வாகனத் தட்டுப்பாடு. இந்தச் சூழ்நிலை யிலே ஒரு டூவீலர் உற்பத்தித் தொழிற்சாலை ஆரம்பிக்கலாம்னு ஒரு நிறுவனம் நினைக்கலாம். அது பொருளுக்கான தேவையை, அதாவது, மார்க்கெட் டிமாண்டைப் பார்த்துத் தொடங்கற ப்ராஜக்ட். ..’

‘சரி, அதே போல், ஏதாவது தொழில்நுட்பம் பயங்கரமா முன்னேறினா, அதை வச்சு முதலெடுக்க ப்ராஜக்ட் ஆரம்ப மாகுமா?’ சிஷ்யன் கேட்டான்.

‘கம்ப்யூட்டர் டெக்னாலஜியிலே அபார முன்னேற்றம் வந்த தாலே, விலை குறைந்த கம்ப்யூட்டரை உருவாக்க கம்பெனிகள் ப்ராஜக்ட் தொடங்கறது அந்த மாதிரித்தான்.’ குரு விளக்கினார்.

‘வங்கியிலே இன்னும் அதிக வாடிக்கையாளர்களைச் சேர்க்க, புதுசு புதுசாத் திட்டம் கொண்டுவர நினைக்கலாம். கம்ப்யூட்டர் மயமாக்கி அந்தத் திட்டத்தை எல்லாம் பரவலாக, வேகமான சேவையாக உருவாக்க அந்த வங்கி, ப்ராஜக்ட் ஏற்படுத்தலாம் . அந்த ப்ராஜக்டை அவங்களே செய்யலாம். இல்லை, வெளியார் நிறுவனத்தை வைத்துச் செய்ய வைக்கலாம். இது எல்லாம் திட்டத்துக்கான தோற்றுவாய். வெள்ளையர் மொழியில் Project Stimuli என்பார்கள்.’

‘நாங்க மேலே கொஞ்சம் சொல்லலாமா?’ வந்த பெண் தயங்கிக் கேட்டாள். குரு அவளைக் கையை உயர்த்தி ஆசிர்வதித்தார். முன்னால் வந்து நின்ற தூய வெண்மை சூடிதார் மாணவி கணீரென்று தொடங்கினாள்.

‘ஒவ்வொரு ப்ராஜக்டுக்கும் ஒரு தொடக்கமும் ஒரு முடிவும் உண்டு. நிறுவனத்தின் எல்லா மட்டங்களிலும் ப்ராஜக்டுகள் நிறைவேற்றப்படுகின்றன. ஒரு நாள், இரண்டு நாளில் முடிவடையும் திட்டமும் உண்டு. வருடக் கணக்காக நீடித்து முடிவுறும் ப்ராஜக்டுகளும் உண்டு. குரு சொன்னாரே, ப்ராஜக்ட் என்பது தாற்காலிகமானது என்று. இரண்டு நாளும் தாற்காலிகம் தான். இரண்டு வருடமும் தாற்காலிகம்தான்.’

குரு புன்னகைத்தார். இப்படிக் கற்பூர புத்தியோடு வருடத்துக்கு இரண்டு சிஷ்யகோடிகள் கிடைத்தால் இன்னும் ஐந்து வருடத்தில் அவர்களை விட்டே வகுப்பு எடுக்க வைத்துவிட்டு பின்னால் இருந்து ஆசிர்வதிக்கலாம்.

'ப்ராஜக்ட் மட்டும் தான் தாற்காலிகம். அது உருவாக்கிய பொருளோ சேவையோ தாற்காலிகமானதில்லை.'

அவர் பூடகமாகச் சொன்னதுபோல் சீடர்களுக்குத் தோன்றியது. ஒரு காப்பி உள்ளே போனால் எல்லோர் அறிவிலும் எல்லாக் கதவும் திறக்கும். குடிலின் சமையல் கலைஞன் படி ஏறி வந்து கொண்டிருந்தான். பத்து நிமிடத்தில் எல்லோருக்கும் தேநீரும் காப்பியும் கிடைக்கும்.

'வீடு கட்ட ஆறு மாசம். கட்டின வீட்டுலே குடித்தனம் ஐம்பது வருசம், நூறு வருசம் இருக்கலாம் இல்லியா? தஞ்சாவூர்க் கோயில் மாதிரி கட்டினா, ஆயிரம் வருசம் நிலைச்சு நிக்குமே? என்ன நான் சொல்றது?'

பாலைக் காய்ச்சிக்கொண்டே சமையல் கலைஞன் உள்ளே இருந்து குரலை உயர்த்தினான். குருவின் குடிலில் சாண எரிவாயு சிலிண்டரும் ப்ராஜக்ட் மேனேஜ்மெண்ட் பேசும்.

'ப்ராஜக்ட்டை நிறைவேற்ற ஒரு குழு அமைக்கப்படும். அதில் பங்கெடுத்தவர்கள் ப்ராஜக்ட் முடிந்தபின்னால் பிரிந்து விடுவார்கள். அடுத்த ப்ராஜக்ட் என்று ஒன்று இருந்தால் திரும்பவும் சேர்வார்கள். அதுக்கு எந்த உத்தரவாதமும் இல்லை. அப்புறம் இன்னொன்று... ப்ராஜக்ட் என்பது கொஞ்சம் கொஞ்சமாக விரிவடைந்து முன்னேறுவது. குட்டிச் சாத்தான் மாயாஜாலம் போல் அஸ்திவாரக் கல் நாட்டித் தொடங்கியதற்கு அடுத்த நிமிடம் மாளிகை தடதடவென்று எழுந்து நிற்காது. தொடங்கிய நாளில் முடிவு பற்றிய தெளிவு இருக்காது. திட்டத்தின் நோக்கம், வெற்றியின் லட்சணம் எல்லாம் மசங்கலாகவே ப்ராஜக்டில் ஈடுபட்டவர்களுக்குப் புலப்பட்டிருக்கும். நாளொரு மேனியும் பொழுதொரு வண்ணமுமாக ப்ராஜக்ட் வளர்ந்து முன்னேறும் போது இவை பற்றிய தெளிவும் உறுதிப்படத் தொடங்கும்.'

'ஒரு நிறுவனம், ஒரு ப்ராஜக்ட்டை எடுத்துச் செய்ய என்ன எல்லாம் காரணம்?'

குரு ப்ராஜக்ட்டின் மற்ற தன்மைகளையும் எடுத்துச் சொல்லிக் கொண்டிருந்தபோது, காது வைத்த பெரிய பாத்திரத்தில் காப்பி வந்து சேர்ந்தது. குவளைகளில் காப்பி ஊற்றப்படும் சத்தம் தவிர வேறு சத்தமே இல்லை அந்தக் காலைப் பொழுதில்.

'ப்ராஜக்ட் பற்றிச் சொன்னீர்கள். ப்ராஜக்ட் மேனேஜ்மெண்ட் ஆகிய திட்ட நிர்வாகம் என்றால் என்ன?'

முதல் சீடனின் மனத்தில் எழுந்த கேள்வியை அவன் கண்ணில் படித்த குரு, புன்சிரிப்போடு கையை விரித்து உயர்த்தினார். அதற்குப் பொருள் அடுத்த வகுப்பில் அதெல்லாம் என்பது.

2

திட்ட நிர்வாகம் எனப்படுவது...

சிஷ்யன் வரும்போதே கோபமாக வந்தான்.

'இந்தக் கம்பெனியிலே இனியும் என்னாலே குப்பை கொட்ட முடியாது குருவே. தலைக்குத் தலை தாசில் தாராக அவதாரம் எடுத்து வதைக்கிறார்கள்.'

குருவின் குடிலில் ராத்திரி எட்டு மணி. டியூப் லைட் வெளிச்சத்தில் சீடன் கொஞ்சம் வேடிக்கையாகத் தெரிந்தான். கசங்கிய முழுக்கைச் சட்டை. தளர்த்தி விட்ட டை. நெற்றியில் நீளவாட்டில் கோபி சந்தனம் போல குங்குமப் பொட்டு. சட்டைப் பையில் ஒரு ரோஜாப்பூ எட்டிப் பார்த்தது.

'இங்கிலாந்திலேருந்து கிளையண்ட்ஸ் வந்திருக் காங்க. காலையிலே அவங்களை ஏர்போர்ட் லேருந்து ஆபீஸ் கூட்டி வந்தேன். அங்கே விளக்கு ஏத்த வச்சு, மாலை மரியாதை செஞ்சு, சந்தனம் குங்குமம் பொட்டு வச்சு, உள்ளே கூட்டிப் போனேன். ப்ராஜக்ட் ரிவ்யூ பண்ண வைக்கறதுக் குள்ளே பிரச்னை.'

குருவுக்கு எதிரே பலகையைத் தொப்பென்று போட்டு, உட்கார்ந்தான்.

‘கண்ணை மூடி பத்து நிமிஷம் பத்மாசனத்தில் இரு, அப்பனே. பிரஷர் அடங்கும்’ என்றார் குரு.

‘என் ஆசனத்திலேயே இருக்க விடமாட்டேன்கிறாங்க. பத்மாவின் ஆசனத்தை வேறே பறித்து அதில் உட்காரணுமா?’

சிஷ்யன் சொல்லும்போதே சிரிப்பை அடக்கிக்கொண்டான். அவ்வப்போது குருவின் காலை இழுக்கப் பார்ப்பது அவனுடைய ரிலாக்ஸேஷன் டெக்னிக்.

சின்னப் பையன். படித்து முடித்ததுமே துடியாக கம்ப்யூட்டர் கம்பெனியில் வேலைக்குச் சேர்ந்து நாலு வருடத்தில் சீனியர் எஞ்சினியராகி இருக்கிறான். வக்கணையாகப் பேசத் தெரிந்தவன் என்பதால் வெளிநாட்டிலிருந்து கஸ்டமர் வரும்போதெல்லாம் அவனைத்தான் உபசாரம் செய்ய, கவனித்துக் கொள்ள, பத்திரமாகத் திரும்ப வண்டி ஏற்றிவிட எல்லாம் அனுப்பி வைப்பார்கள். இன்றைக்கும் அதுபோல்தான் வேலை.

‘இதுக்கு மட்டும்தான் நானா? வந்த துரை, ‘ ப்ராஜக்ட் எல்லாம் எப்படிய்யா போய்ட்டு இருக்கு?’ன்னு கேட்டான். தொண்டையைக் கனைச்சுக்கிட்டு கெத்தா ஆரம்பிச்சேன். பி.எம் வந்து, ‘நீ சும்மா இரு!’ன்னு தடையுத்தரவு போட்டுட்டு, தானே பேச ஆரம்பிச்சுட்டார். சீனியர் மேனேஜரும் அவருக்கு சப்போர்ட்.’

இங்கே அவன் பி.எம் என்றது ப்ராஜக்ட் மேனேஜர் என்ற திட்டத் தலைவரை என்று குருவுக்குப் புரிந்தது. நூறு இளைஞர்களைக் கொண்ட குழுவை நிர்வகித்து வெளிநாட்டு கஸ்டமருக்காக ப்ராஜக்ட் செய்யும் கம்பெனியில் இப்படி ஏழெட்டுத் தலைகள்.

‘ஆக, பத்மா என்னும் மாதரசிதான் உன் ப்ராஜக்ட் மேனேஜர்?’

குரு பளிச்சென்று சொல்ல, சிஷ்யன் ஆம் என்று சுவாரசியமில்லாமல் தலையசைத்தான்.

‘தலை இருக்க வால் ஆடக் கூடாதுன்னுதான் அவர் உன்னை அடக்கியிருக்கார். தப்பாப் புரிஞ்சுக்கிட்டியே...’

குரு சமாதானப்படுத்தும் குரலில் சொன்னார்.

‘ப்ராஜக்ட் மேனேஜர்னா கொம்பு முளைத்திருக்கா என்ன?’

‘கொம்பு இருக்கோ என்னமோ, அந்த அம்மாவுக்கு நிர்வாகம் பரிவட்டம் கட்டி இந்த ப்ராஜக்ட்டுக்கு இவங்கதான் மேனேஜர்னு உலகத்துக்கு அறிவிப்பு செய்து களத்தில் இறக்கி யிருக்கு. எல்லோர் சார்பிலும் அவங்க பேசறதுதான் நியாயம்.’

குரு முடிப்பதற்குள் அவன் குறுக்கிட்டான். ‘அது சரி, ப்ராஜக்ட் மேனேஜ்மெண்ட்னா நாட்டாமை மாதிரி சட்டமா உக்கார்ந்து பேசறதுதானா?’

‘இல்லவே இல்லை. அது ஒரு அஷ்டாவதானம். ஒரு திட்டம் நிறைவேற என்னவெல்லாம் வேணுமோ எல்லாத்தையும் ஒண்ணோட ஒண்ணு மோதிக் கவிழ்க்காம, பத்திரமாக அணைச்சுப் பிடிச்சு முன்னாலே எடுத்துப் போறது.’

‘என்ன எல்லாம் இருக்கு இப்படி நிர்வகிக்க?’

குரு பத்மாசனம் போட்டு உட்கார்ந்தார். ‘இது இதெல்லாம் இந்தத் திட்டத்திலே செய்யணும்; இதெல்லாம் செய்ய வேண்டாம்னு நிர்ணயிக்கிற வரம்பு நிர்வாகம் அதாவது ஸ்கோப் மேனேஜ்மெண்ட் முதலாவது.’

குருவின் ஒரு விரல் மடங்கியது.

‘இந்த இந்த வேலையை இந்த இந்தக் கால அளவில் செய்து முடிக்கணும்னு நடத்திப் போக, நேர நிர்வாகம் என்ற டைம் மேனேஜ்மெண்ட் ரெண்டாவது.’

அடுத்த விரல்.

‘இம்புட்டு காசு செலவழிச்சு இந்த இந்த வேலையை முடிச் சாகணும்கிற நிதி நிர்வாகம் என்ற காஸ்ட் மேனேஜ்மெண்ட் மூணாவது. செய்யற தொழில்லே ஒரு சுத்தம், நடக்கற காரியம் நிறைவா எந்தக் குறைபாடும் இல்லாம நடந்து முடியறபடிக்கு அதோட தரத்தை நிர்வகிக்கறது - குவாலிட்டி மேனேஜ்மெண்ட் நாலாவது.’

அவசரமாக அடுத்த இரண்டும் மடங்கின. போகிற போக்கில் அவர் கை விரலை எல்லாம் மடக்கித் தீர்த்து அப்புறம் கால்

விரலையும் மடக்கப் போகிறார் என்று சிஷ்யன் நினைத்தான். விரல் வித்தையைக் குரு தொடர்ந்தார்.

'வேலை நடக்கும்போது எந்த விதமான சிக்கல் வந்தாலும், சவாலை எல்லாம் சமாளித்து வெற்றியோட முடிக்க, வரக்கூடிய இடையூறுகளை எதிர்பார்த்து, எதிர்த்து நிர்வாகம் பண்ற ரிஸ்க் மேனேஜ்மெண்ட் ஐந்தாவது. இப்படி பஞ்ச தந்திரத்தையும் சரியாகக் கையாளத் தெரிஞ்சவர்தான் திறமையான திட்ட நிர்வாகி.'

எதையும் மறக்காமல் சரியாகப் பட்டியல் ஒப்பித்த திருப்தியோடு குரு மின்சார அடுப்பில் சோறை வைத்துச் சூடாக்கத் தொடங்கினார்.

'ப்ராஜக்ட் மேனேஜரின் வேலை இதெல்லாம்னு நீங்க சொன்ன ஒவ்வொரு காரியமும் ஒவ்வொரு திசையிலே இழுக்கற விஷயமாச்சே?' சிஷ்யன் கதை கேட்கிற சுவாரசியத்தோடு வினவினான்.

'அதையெல்லாம் சமாளிக்கத்தான் ப்ராஜக்ட் மேனேஜருக்கு டப்பு ஈயறாங்க. இது மட்டும் இல்லை திட்ட நிர்வாகம் எனப்படுவது. ப்ராஜக்ட்னு சொன்னா அதை எடுத்துச் செய்யற குழு; வெளிநாட்டிலோ உள்நாட்டிலோ உட்கார்ந்துக்கிட்டு இவங்களை வேலை செய்யச் சொல்லிப் பணம் தர வாடிக்கையாளர்; அந்த வாடிக்கையாளர் பெரிய நிறுவனமா இருந்தா, அதுலே பல துறையிலும் உத்தியோகம் பாக்கிற அதிகாரிகள், ஊழியர்கள். இப்படி ப்ராஜக்ட்லே இருக்கப்பட்ட பங்குதாரர்கள் எல்லோரையும் ப்ராஜக்ட் நடத்துற, முடிச்சுக் கொடுக்கிற விதத்திலே ப்ராஜக்ட் சம்பந்தமான அவரவர் விருப்பப்படி திருப்தி செய்யறதும் ப்ராஜக்ட் மேனேஜருடைய பிரதான வேலை. சட்டுனு முடிவு எடுக்க வேண்டிய ஆயிரம் பிரச்னை எட்டிப் பார்க்கும். புதுசு புதுசா பிரச்னை வந்து குதிக்கும். எல்லாத்தையும், எல்லோரையும் சமாளிக்கணும். அதுக்கு அவர் சகலரோடயும் நிறையப் பேச வேண்டி இருக்கும். எழுத வேண்டி இருக்கும்.'

'எல்லோர் விருப்பத்தையும் அந்தக் கால விவிதபாரதியிலே நேயர் விருப்பம் மாதிரி நிறைவேற்றிக்கிட்டே போனா எப்ப ப்ராஜக்டை முடிச்சு வெளியே வர்றதாம்?'

சிஷ்யன் நியாயமான கேள்வியை முன்வைத்தான்.

‘எல்லோரையும் எல்லா நேரத்திலும் எல்லா விதத்திலும் திருப்தி அடைய வைக்க முடியாதுங்கிறது உண்மைதான். எதுக்கு எப்போது பிரதானம் அளிக்கணும்னு முடிவு செய்து திருப்தியை சகலருக்கும் பங்கு போட்டுத் தர்றதும் சாமர்த்தியமுள்ள ப்ராஜக்ட் மேனேஜருக்குக் கைவந்த கலை. அடுத்தவங்களோட பேசற, பழகற நடைமுறையிலேயே பாதி வெற்றி அவங்களுக்குக் கைவர வேணும்.’

குரு தீர்மானமாகச் சொல்லியபடி காலையில் அவர் செய்து வைத்திருந்த புளிக்குழம்பையும் மைக்ரோ அவனில் வைத்துச் சூடாக்கி வெளியே எடுத்தார். குடில் முழுக்கச் சின்ன வெங்காய மணம் கமகமத்தது.

‘ப்ராஜக்ட் மேனேஜர் பேசணும்ங்கிறீங்களா குரு? எங்க தலையும் பேச்சுலே புலி. எங்க குழுவிலே எந்த விவகாரம் வந்தாலும் பேசியே தீர்த்துத் தீர்ப்பு வழங்க முயற்சி செய்வாங்க. அப்பப்ப, ‘நாட்டாமை, தீர்ப்பை மாத்து!’ன்னு அங்கங்கே குரல் விடுவாங்க. ஆனாலும் பேச்சு அவரோட பரம்பரைச் சொத்து. பாத்துட்டுத்தானே இருக்கேன். அது சரி, நீங்க விரலை மடக்கின எல்லாம் செய்து, சதா பேசி, சகலரையும் திருப்திப்படுத்திட்டு, இதுக்கு அப்புறம் நேரம் மிஞ்சினால் அவர் வேறே வேலை பார்க்கலாமா?’

‘என்னத்துக்கு? ப்ராஜக்ட்டை வெற்றியோடு முடிக்கறதுக்குள்ளேயே பெண்டு நிமிர்ந்து போகும். அதுக்கு நேரம் ஒதுக்கினாலே போதுமானது.’

சிஷ்யனையும் சாப்பிட அழைத்த குரு சோற்றில் கட்டித் தயிரைக் கலந்தபடி சாப்பிட ஆரம்பித்தார். ‘இப்படி தயிரும் நெய்யும் சாப்பிட்டா ஏன் கொலஸ்ட்ரால் ஏறாது?’ என்று நினைத்தான் சிஷ்யன். தரையில் நிர்வாகம் சம்பந்தமான ஏதோ புத்தகம், குரு வாசித்துக் கொண்டிருந்தது. அதைக் கையில் எடுத்தான்.

‘கேட்கணும்னு நினைச்சேன். நீங்க ஏன் இந்தப் பொதுவான மேனேஜ்மெண்ட் புத்தகம் எல்லாத்தையும் விழுந்து விழுந்து படிக்கறீங்க? அதுவும் பூர்வாசிரமத்தில் ஒரு வெள்ளிவிழாக் காலம் ப்ராஜக்ட் மேனேஜராகக் குப்பை கொட்டிவிட்டு,

அதாவது வெற்றிக் கொடி நாட்டி குட்பை சொல்லிவிட்டு இப்படி பிசினஸ் சன்யாசம் வாங்கின அப்புறமும்?'

சிஷ்யன் கையில் எடுத்த புத்தகத்தைச் சுட்டினான்.

'உனக்குக் கொடுக்க எடுத்த வைத்த புத்தகம் தான் அது' என்றார் குரு. 'ப்ராஜக்ட் மேனேஜர், ஒரு திட்டத்தை மட்டும் நிர்வாகம் பண்ணினால் போதும்தான். ஆனால் அதுக்குத் திட்ட நிர்வாகம் மட்டுமில்லாமல், பொது நிர்வாகமும் கொஞ்சம் போலவாவது தெரிஞ்சிருந்தால்தான் நல்லது.'

'என்ன எல்லாம் அப்படிப் பொது நிர்வாகத்திலே தெரிய வேண்டிய விஷயம்?'

'நூறு கிராம் சட்டத்துறை அறிவு. கொள்முதல், கையிருப்பு அப்படீன்னு நிர்வாகத் திறமை இருபத்தைஞ்சு கிராம். ஊழியர்களை நிர்வாகம் செய்யற லாகவம் அரை லிட்டர். அப்புறம் தொழில்முறை அறிவு கால் கிலோ. ஒப்பந்தம் எப்படி செய்யறது, எப்படி கடைப்பிடிக்கறதுன்னு அனுபவம் முன்னூறுமில்லி. நிதித்துறை, மருத்துவம், வாகன உற்பத்தின்னு எக்ஸ்பீரியன்ஸ் கொஞ்சமாக் கிள்ளிப் போட்டுக்கணும்.'

தொலைக்காட்சியில் தலைமுதல் கால்வரை அணிந்த ஐந்து கிலோ ஆபரணங்களும், அரை செண்டிமீட்டர் மேக்கப்புமாகப் பிரத்யட்சமாகி ரவா உப்புமா செய்யச் சமையல் குறிப்பு தரும் பேரிளம்பெண்போல் பேசியபடியே வஞ்சனை இல்லாமல் இன்னும் இரண்டு கரண்டி தயிரை ஊற்றிப் பிசைந்தார் குரு. நீயும் சாப்பிடுகிறாயா என்று சிஷ்யனைக் கண்ணால் விசாரித்தார்.

வேண்டாம் என்று கையைக் காட்டியபடி எழுந்தான் சிஷ்யன். அவன் நினைவு எல்லாம் ப்ராஜக்ட் மேனேஜரின் தகுதியாகக் குரு பட்டியல் போட்ட ஏகப்பட்ட விஷயங்களிலேயே இருந்தது.

'அது சரி, இந்தத் தினப் பத்திரிகை வருதே. அதை நிர்வாகம் செய்யறதும் ப்ராஜக்ட் மேனேஜ்மெண்ட்லே வருமா?'

சிஷ்யன் கேட்டான்.

'பின்னே இல்லியா? இதுவும் ப்ராஜக்ட் மேனேஜ்மெண்ட்தான். ஒவ்வொரு நாளும் பத்திரிகையைத் திட்டமிட்டு வடிவமைச்சு அச்சு போட்டு வெளியே கொண்டுவர்றது ஒவ்வொரு ப்ராஜக்ட்.

இப்படி ஆறுமாசம், ஒரு வருஷம் பத்திரிகை வந்தால் அது பல ப்ராஜக்ட்கள் சேர்ந்த ஒரு புரோகிராம். அதாவது திட்டங்களின் தொகுதி.'

குரு கை கழுவினார். சுத்தமான நீர் அருந்தி சாய்வு நாற்காலியில் அமர்ந்தார். குறட்டை இல்லாத நிஷ்டை. அப்புறம் நிஷ்டை கலக்காத குறட்டை.

சிஷ்யன் வெளியே நடந்தான்.

3

ப்ராஜக்ட் லைஃப் சைக்கிள்

‘ஒரு ஊரில் ஒரு ப்ராஜக்ட் மேனேஜர் இருந்தார்.’

குருவுக்குக் கதை சொல்லும் மூட். பாடத்தைக் கவனிப்பதில் கொஞ்சம் அப்படி இப்படி என்றாலும் கதை என்றதும் சிஷ்யர்கள் நிமிர்ந்து உட்கார்ந்தார்கள்.

குரு உற்சாகமாகக் கதையைத் தொடர்ந்தார்.

‘ப்ராஜக்ட் மேனேஜரும், அவருடைய குழுவில் வேலை பார்க்கும் குழுத் தலைவரும், முக்கியத் தொழில்நுட்ப நிபுணரும் கடற்கரையில் நடந்து போய்க்கொண்டிருந்தார்கள். அங்கே அலையில் அடித்துவந்த ஏதோ ஒன்று கரையில் ஒதுங்கியது. அது தொழில்நுட்ப நிபுணர் காலில் தட்டவே குனிந்து கையில் எடுத்தார் அவர்.’

குரு சஸ்பென்ஸுக்காக நிறுத்தி ஒரு மடக்கு காப்பி குடித்து விட்டுத் தொடர்ந்தார்.

‘அவர் கையில் இருந்ததோ ஒரு போத்தல். கடற்கரையில் சோமபானம் அருந்திவிட்டு,

வீசியெறிந்துபோன காலிக் குடுவையில்லை அது. பழைய காலப் பச்சை நிற போத்தல். அதை அடைத்திருந்த தக்கையைக் கொஞ்சம் சிரமப்பட்டுத் திறந்தார். உள்ளே இருந்து சட்டென்று புகை பரவ ஆரம்பித்தது.'

'சிகரெட்டை அணைக்காமல் குடுவைக்குள் வைத்து யாரோ போட்டுவிட்டுப் போயிருப்பான்!'

சிஷ்யனின் கண்டுபிடிப்பை ஒரு புன்சிரிப்பால் தள்ளிவிட்டு, குரு மேலே போனார்.

'குடுவைக்குள் இருந்து ஒரு பூதம் வெளியே வந்தது. உங்கள் மூணு பேருக்கும் ஆளுக்கொரு வரம் தரப் போகிறேன். ஜல்தி. என்ன வேணுமோ கேளுங்கள்' என்றது பூதம். தொழில்நுட்ப நிபுணர் உடனே சொன்னார்: 'சுவிட்சர்லாந்தில் பனி மலைகளுக்கு நடுவே ரெண்டு வாரம் நிம்மதியான ஓய்வு வேணும் எனக்கு. ப்ராஜக்ட் வேலையில் மண்டை காய்ந்து போகிறது.'

'ரிப்பீட்டு என்றதா பூதம்?' சிஷ்யன் கேட்டான்.

'ஒரு தடவை சொன்னாலே சரியாகக் காதில் வாங்கிக் கொள்ளும் பூதமப்பா அது. 'அப்படியே ஆகுக!' என்று கையை உயர்த்தி மடக்க அடுத்த நிமிடம் தொழில்நுட்ப நிபுணர் மறைந்து போனார். அந்த ஆள் இப்போது நிம்மதியாக சுவிட்சர்லாந்தில் இருக்கிறார். 'சரி, போகட்டும், உனக்கு என்ன வேணும் குழந்தாய்?' என்று பூதம் ப்ராஜக்ட் குழுத் தலைவரைக் கேட்டது. அந்த இளைஞர் ப்ராஜக்ட் வேலையில், ப்ராஜக்ட் மேனேஜருக்கு ஒத்தாசையாகக் குழுவில் சில பேரை நிர்வகித்ததோடு ப்ராஜக்ட் கட்டுமானத்திலும் ராப்பகலாக உழைத்து ஓடாகிப் போன ஆத்மா. அவர் பூதத்திடம் கேட்டது இது: 'என்னை ரெண்டு வாரம் கோடைக்கானலில் குடும்பத்தோடு ஈ கரப்பான்பூச்சி இல்லாத நல்ல ஹோட்டலில் தங்க வை!' 'இந்தா பிடி வரம்' என்று பூதம் கையை அசைக்க அவரும் குஷியாக அம்பேல்.'

'நானும் என்னோட ப்ராஜக்ட் மேனேஜரிடம் நாலு நாள் லீவு கொடுங்க, குற்றாலம் அருவியிலே ஒரு முழுக்கு போட்டுட்டு வரேன்னு கேட்டுட்டே இருக்கேன். தர மாட்டேங்கிறார். எந்த பூதத்தைப் பிடிச்சா நடக்குமோ தெரியலியே!'

சீடன் யானைக் காரியத்தில் சேனைக் காரியமாக அலுத்துக் கொண்டான்.

பொறு என்று கையை மறுபடி காட்டி அமர்த்தியபடி குரு தொடர்ந்தார்.

‘இப்போது கடற்கரையில் பூதமும் ப்ராஜக்ட் மேனேஜரும்தான் மிச்சம். ‘கேள் குழந்தாய், உனக்கு என்ன வரம் வேணும்?’ என்று பூதம் அவரிடம் கனிவாகக் கேட்டது. அவர் சொன்னாராம்: ‘ரொம்ப முக்கியமான கோடி ரூபாய் வருமானம் உள்ள ப்ராஜக்ட் பண்ணிட்டு இருக்கோம். முக்கியமான நேரத்திலே இப்படி தொழில்நுட்ப நிபுணரும், ப்ராஜக்ட் லீடரும் ஹாய்யா லீவுலே போக வச்சுட்டியே. எனக்கு என்ன வரம் வேணுமா? அவங்க ரெண்டு பேரும் இன்னும் பத்து நிமிஷத்திலே திரும்ப ஆபீசிலே இருக்கணும். அந்த வரம்தான் வேணும்!’

குரு குடிலில் சிரிப்பு பொங்கி வழிந்து வீதியெங்கும் பிரவாகம் எடுத்துக்கொண்டிருந்தது.

அப்போது பார்த்து, முகம் முழுக்க சோகம் அப்பியபடி குருவின் கடைக்குட்டி சிஷ்யை உள்ளே நுழைந்தாள்.

‘என்ன ஆச்சு அம்மா, வீட்டில் கல்யாணத்துக்கு நாள் பார்க்க ஆரம்பிச்சாச்சா?’ குரு சிரிப்பு மாறாமல் கேட்டார்.

‘சும்மா இருங்க குருவே. என் கல்யாணம் எல்லாம் இப்ப இல்லைன்னு வீட்டுலே கண்டிஷனா சொல்லியாச்சு. எங்க ஆபீஸ்லே ஒரு ப்ராஜக்ட் மேனேஜர். உயிரைக் கொடுத்து உழைச்சு அவரும் அவரோட குழுவும் ப்ராஜக்ட் பண்ணினாங்க. அவங்க உழைச்சு உருவாக்கி அனுப்பி வச்ச கம்ப்யூட்டர் சாஃப்ட்வேர் வேலைக்கு ஆகாதுன்னு சொல்லிட்டாங்களாம் வெளிநாட்டுலே இருக்கற கஸ்டமர்கள். பணம் தர மாட்டாங் களாம். பெனால்டி வேறே நாங்க கட்டியாகணுமாம். அடுத்து என்ன பண்ணலாம்னு அவர் துக்கத்திலே இருக்கார். நெருங்கிய நண்பர் என்பதால் நானும்தான்…’

அந்தப் பெண் பெருமூச்சு விட்டபடியே குருவின் முன்னால் உட்கார்ந்தாள்.

‘ப்ராஜக்டை எப்படிப் பிரிச்சு நிர்வாகம் பண்ணினார் அவர்?’ குரு கேட்டார்.

கேள்வி புரியாமல் புது சிஷ்யை குழம்பினாள்.

'குழப்பம் எல்லாவற்றுக்கும் உடனடித் தீர்வு' என்று சொல்லிய படி குரு சிஷ்யனைப் பார்க்க, காகிதக் குவளையில் நிறைத்து சுடச்சுட காப்பி அவள்முன் நீட்டப்பட்டது. யார் காப்பி சாப்பிட் டாலும் தாராள மனத்தோடு கம்பெனி கொடுக்கும் குருவும் ஒரு குவளையை ஏந்தினார். ஒரு வாய் குடித்ததும் தெம்பாகத் தொடர்ந்தார்.

'திட்டங்கள் வாழ்க்கை போன்றவை. நிலையாமைக்கு உதாரணம். நிர்வகிக்கிறவர்களின் சீரான கவனிப்பு கொஞ்சம் தவறிவிட்டால் ப்ராஜக்ட்டே இழுத்துப் பறித்துக்கொண்டு தோல்வியடைந்து அல்பாயுசில் முடிந்து விடும் அபாயம் உண்டு.'

'ப்ராஜக்டை வெற்றிகரமாக நிறைவேற்ற வழியே இல்லையா குருவே?' என்று சிஷ்யை கேட்டாள்.

'இல்லாமல் என்ன?' குரு குறுந்தாடியைத் தடவியபடியே சிக்கனமாக அரை மில்லிமீட்டர் புன்னகைத்தார்.

'ப்ராஜக்டை நடத்திப் போகும் நிறுவனங்கள் அதை வெவ்வேறு கட்டங்களாகப் பிரித்துக்கொண்டால் பாதி பிரச்னை தீர்ந்தது மாதிரிதான். பிரித்து ஆளும் சூழ்ச்சி இல்லை இது. பிரித்து ஒவ்வொரு பகுதியாக சீராக நிர்வகித்து மொத்தத்தில் வெற்றி அடையும் ராஜ தந்திரம் இது.'

சிஷ்யன் குறுக்கிட்டான், 'இதுக்கும் ஒரு பெயர் இருக்குமே குருவே?'

'ப்ராஜக்ட்டின் கட்டம் ஒவ்வொன்றுக்கும் ஒவ்வொரு பெயர். அது எந்தத் துறையில் ப்ராஜக்ட் செய்கிறாயோ அதைப் பொருத்தது. கம்ப்யூட்டர் மென்பொருள் உருவாக்கும் வேலை என்றால், தேவையறிதல், வடிவமைப்பு, உருவாக்குதல், சோதனை போன்ற கட்டங்கள் இருப்பது வாடிக்கை.'

'புரியலை குருவே' என்றான் முழுக்கத் தமிழறியாத பெருமாளான சிஷ்யன்.

'அதாம்ப்பா. பங்ஷனல் ஸ்பெசிஃபிகேஷன், டிசைன், டெவலெப்மெண்ட், டெஸ்டிங் இத்யாதி. இந்தக் கட்டங்கள் எல்லாம் சேர்ந்த தொகுதிக்கு திட்ட வாழ்நாள் சுழல், அதாவது ப்ராஜக்ட் லைஃப் சைக்கிள் என்று பெயர்.'

‘யாரைத் திட்டறதுக்கு வாழ்நாள் பூராச் சுழலணும்?’ சிஷ்யை குறும்பாகக் கேட்டாள். குரு குடிலின் மாந்திரீக சக்தி அப்படிப் பட்டது. எந்த மாதிரி துக்கத்தோடு உள்ளே நுழைந்தாலும் ஐந்து நிமிடத்தில் பாட்டில் பூதம் வரம் கொடுத்த மாதிரி உற்சாகம் தானே வந்து ஒட்டிக் கொள்ளும்.

குருவும் சிரிப்பில் கலந்துகொண்டபடி தொடர்ந்தார். ‘ப்ராஜக்ட் டின் ஒவ்வொரு கட்டம் முடியும்போதும் சேர்ப்பிக்கப்பட வேண்டிய சமாசாரம் ஒன்றாவது இருக்கும். ப்ராஜக்ட் டெலிவரபிள் என்று பரிபாஷை. வாடிக்கையாளருக்கோ, நீங்கள் ப்ராஜக்ட் பணி செய்து வரும் நிறுவனத்துக்கோ சேர்ப்பிக்கப்பட வேண்டிய பொருள்.’

‘உதாரணம்?’ என்றான் சிஷ்யன்.

‘தேவையறிதல் முடிந்ததும், ப்ராஜக்ட் உருவாக்கவேண்டிய மென்பொருளோ, இயந்திரமோ, நாலு மாடிக் கட்டடமோ அதனதன் தன்மைகளை விலாவாரியாகத் தொகுத்து விளக்க உரை எழுதி சமர்ப்பிக்கும் பங்ஷனல் ஸ்பெசிஃபிகேஷன் டாக்குமெண்ட். டிசைன் என்ற வடிவமைப்புக் கட்டம் முடிந்ததும், தொழில் நுட்ப வடிவம் பற்றி விளக்கும் டிசைன் டாக்குமெண்ட். கோடிங் என்ற மென்பொருள் எழுதி முடித்ததும் அந்த புரோகிராம் எல்லாம் கொண்ட சோர்ஸ் கோட் தொகுப்பு. இப்படி கட்டம் கட்டமாக சேர்ப்பிக்கப்படவேண்டியவை நிறைய உண்டு.’

‘ஆக ஒவ்வொரு கட்டமும் பிரசவ வேதனைதான். முடிந்ததும் சுகப் பிரசவம். டெலிவரி.’ சிஷ்யன் சூட்சுமம் புரிந்த களிப்பில் உரக்கச் சொன்னான்.

‘ப்ராஜக்டில் ஒவ்வொரு கட்டம் முடிந்ததும் அந்தக் கட்டத்துக் கான டெலிவரி சரியாக நடத்தப்பட்டதா, அந்தக் கட்டம் நடக்கும்போது திட்டம் சீராக நிர்வகித்து நடத்தப்பட்டதா என்று தீர்மானிப்பது வெற்றிகரமான ப்ராஜக்ட்டுகளை நிர்வகிக்கும் முறை. கடவுச் சோதனை, பேஸ் எக்ஸிட் ரெவ்யூ, கொலைக் களம் என்றெல்லாம் இதற்குப் பெயர். இந்தச் சோதனையில் வெற்றி அடைந்தால் ப்ராஜக்ட் அடுத்த கட்டத்துக்குக் கடந்து செல்லும். அப்படிப் போகும்போதே, இந்தக் கட்டத்தில் நிகழ்ந்த தவறுகள் அடுத்த கட்டத்தில் நிகழாமல் இருக்க

வழிமுறைகள் விவாதிக்கப்பட்டு அந்தப் படிப்பினைகளும் கூடவே எடுத்துச் செல்லப்படும்.'

குருவை அவசரமாகக் கைகாட்டித் தடுத்தான் சிஷ்யன். 'அது எதற்கு கொலை அது இதுன்னு ப்ராஜக்ட் மேனேஜரைப் பயப்படுத்தறீங்க குருவே?'

'கொலைக்களம் என்ற கில் பாயிண்ட். இந்தக் கட்டம் தோல்வியில் முடிந்தால், அந்தத் தோல்வி தொடராமல் ப்ராஜக்டை முடித்து ஏறக்கட்டி ஷட்டரை இறக்க வேணாமா? அதுதான் அப்படி ஒரு பெயர்.' கருணைக் கொலை பற்றி விளக்கினார் குரு.

'ப்ராஜக்ட் வாழ்நாள் சுழல் பற்றி இன்னும் கொஞ்சம் சொல்லுங்கள் குருவே' என்று சிஷ்யை கேட்டுக் கொண்டாள்.

'ப்ராஜக்ட் லைஃப் சைக்கிள் என்ற கட்டங்களின் தொடர் தொகுதியில் ஒவ்வொரு கட்டமும் அதற்கு முந்திய, அதற்கு அடுத்த கட்டத்தோடு நெருங்கிய தொடர்பு கொண்டது. அது மட்டுமில்லை. முந்திய கட்டம் வெற்றிகரமாக முடிந்தால்தான் அடுத்தது முன்னால் போக முடியும். முடிந்த கட்டத்தில் நடந்த பணி அடுத்த கட்டத்துக்குக் கை மாறும்போது முந்தைய கட்டத்தில் உருவாக்கியதெல்லாம் தர நிர்ணயம் செய்யப்பட்டு ஏற்றுக் கொள்ளப்பட்டிருக்க வேண்டும். 'போ ரைட்!' என்று வாடிக்கையாளர் அதிகாரபூர்வமாகக் கை காட்டுவார். அப்படிப் படிப்படியாக, கட்டம் கட்டமாக முன்னேறிப் போகும் ப்ராஜக்ட் இறுதி வெற்றி பெறுவது கிட்டத்தட்ட நிச்சயம். இந்தப் பெண்ணின் நண்பர் நிர்வகித்த திட்டம் போல் டைட்டானிக் கப்பலாக முழுகாது. இந்தக் கன்னியும் கேட் வின்ஸ்லாட் போல் துக்கம் காக்க வேண்டியிருக்காது.'

நீளமாகப் பேசியதில் கொஞ்சம் மூச்சு வாங்க குரு ஒரு நிமிடம் கண்ணை மூடி தியானத்தில் இருந்தார். அவர் டைட்டானிக் திரைப் படக் கதாநாயகியின் பேரழகை அகக் கண்ணில் கண்டு ஆனந்தப் பட்டுக்கொண்டிருப்பதாக கடைக்குட்டி சிஷ்யைக்குப் பட்டது.

ஒரு நிமிட மௌனத்துக்குப் பின் தொடர்ந்தார் குருநாதர்.

'திட்ட வாழ்நாள் சுழலின் சில தன்மைகளைச் சொல்கிறேன் கேளுங்கள். என்ன என்ன தொழில்நுட்பப் பணி திட்டத்தின் எந்த

எந்தக் காலகட்டத்தில் முடிக்கவேண்டும் என்று தீர்மானிப்பது இந்த லைஃப் சைக்கிள்தான். ஒவ்வொரு கட்டத்திலும் என்ன மாதிரியான திறமை கொண்டவர்கள் திட்ட உருவாக்கத்தில் பங்கு பெறவேண்டும் என்று அறுதியிட்டுச் சொல்வதும் இதன் மூலம்தான், திட்ட வாழ்நாள் சுழல் தொடங்கும்போது பங்கு பெறுகிறவர்கள் எண்ணிக்கை, செலவிடப்படும் தொகை இரண்டும் குறைவாக இருக்கும். அது படிப்படியாக உயர்ந்து, திட்டம் முடியும் நேரத்தில் திரும்பக் குறையும். மனசிலாயோ?' மலையாளத்துக்குத் தாவினார் குரு.

'ஆச்சு சேட்டா. மன்னிக்கணும். புரிந்தது குருவே. அப்புறம் வேறே ஏதாவது?'

'இன்று போய் நாளை வாருங்கள்!'

குரு எழுந்தார்.

4

திட்டமுறை நிறுவனம்; செயல்முறை நிறுவனம்

சிஷ்யன் வரும்போதே கூடை நிறையப் பழமும் நாலு கிலோ அல்வாவுமாக வந்தான்.

'பிறந்த நாளோ?' குரு விசாரித்தார்.

'எனக்கில்லை குருவே. நான் வேலை பார்க்கும் நிறுவனத்துக்கு. இன்றைக்குப் புதிதாகக் கட்டடம் கட்டி அங்கே பால் காய்ச்சிக் குடிபெயர்ந்தோம். உங்களைப் போன்ற பழம்பெரும் தலை முறை யிடம் ஆசிபெற்று என்னைப் போல் நானூற்று இருபத் தேழு இளைய தலைமுறையினர் ஒரே நாளில் வேலைக்குச் சேர்ந்தார்கள்.'

அந்த நானூற்றுச் சில்லறையில் சிஷ்யனின் சிநேகிதியும் உண்டு என்பதை ஞானக் கண்ணால் உணர்ந்த குரு அர்த்தபுஷ்டியோடு புன்னகைத்தார்.

'ஒரே நாளில் நாலு ப்ராஜக்ட்களைத் தொடங்கி யிருக்கிறோம். நான் தலைக்கு அடுத்த உபதலை யாக நிர்வாகம் செய்யப் போகும் ஒரு ப்ராஜக்ட்டும்

அதில் உண்டு. எல்லாத்துக்கும் சேர்த்துத்தான் கொண்டாட்டம்.' சிஷ்யன் விளக்கினன்.

'என் காலத்தில் எல்லாம் இப்படியான கொண்டாட்டங்களை சோமபானம் பருகித்தான் பூர்த்தி செய்வது வழக்கம். நீங்கள் படிப்படியாக சாத்வீகமாக ஆகியுள்ளதைக் கேட்க எவ்வளவு சந்தோஷமாக இருக்கிறது தெரியுமா?' குருவின் கண்கள் பழைய நினைவில் மின்னின.

அதெல்லாம் ராத்திரிக்குத்தானே என்று மனத்துக்குள் சொல்லிக் கொண்ட சிஷ்யன், 'நல்ல நேரத்தில் நல்லபடி ஆரம்பிக்கப்பட்ட இந்த ப்ராஜக்ட் எல்லாம் நல்லபடி நிறைவேற ஆசி கொடுங்க குருவே' என்று நிஜமான குருபக்தியோடு வணங்கினான்.

'நல்லாத் தொடங்கும் எதுவும் சிறப்பா வெற்றி அடையும் என்ற பொதுவான வாழ்த்து எப்பவுமே உண்டு. ஆனா ப்ராஜக்ட் ஆச்சே. இதுக்கு சில குணாதிசயங்கள் உண்டு.'

குரு போதனைக்கான போஸில், அதாவது பத்மாசனமும், வலக் கையில் காப்பிக் கோப்பையுமாக கம்பீரமாகத் தொடங்கினார்.

'ப்ராஜக்ட் தொடங்கும்போது அது வெற்றியடைவதற்கான வாய்ப்புகள் குறைவு. தோல்விக்கான அபாயம் நிறைய. கட்டம் கட்டமாக வெற்றி அடைந்து முன்னேறும்போதுதான் எல்லாம் முடித்து முழு வெற்றி பெறும் வாய்ப்புகள் அதிகமாகிறது. அபாயம் குறைகிறது. அப்புறம் ப்ராஜக்ட் தொடர்பு உடையவர்கள் இருக்கிறார்களே, அவர்கள் தலைக்குத் தலை தண்டல்நாயகமாக ப்ராஜக்டைத் திசைதிருப்ப முயன்றால் அது ப்ராஜக்ட் வாழ்நாள் சுழலின் தொடக்கத்தில் வேணுமானால் எளுப்பமாக இருக்கலாம். இறுதிக் கட்டத்தில் அந்தப் பருப்பெல்லாம் வேகாது.'

'ப்ராஜக்ட் தொடர்புடையவர்கள் என்றால் யாரெல்லாம் குருவே?'

'ப்ராஜக்ட் மேனேஜர், அவருடைய குழு, அவருடைய நிறுவனம், வாடிக்கையாளர், இன்னும் திட்டத்தின் மூலம் நேரடியாகவோ மறைமுகமாகவோ நன்மை அடையக் கூடியவர்கள். மற்றும் நேரடியாகவோ மறைமுகமாகவோ பாதிக்கப்படக் கூடியவர்கள். எல்லோருமே ஸ்டேக் ஹோல்டர்கள் என்ற ப்ராஜக்ட் தொடர்புடையவர்கள்தாம்.'

‘உதாரணம் உதாரணம் உதாரணம்...’ பாராயணம் செய்தான் சிஷ்யன்.

நச்சரிப்பு தாங்க முடியாமல் குரு குரலை உயர்த்தினார்.

‘அணை கட்டுவது ஒரு திட்டம் என்றால் அதனால் சகல வளமும் கொட்டோ கொட்டென்று கொட்டப் போகிறது என்று காத்திருக்கும் அரசாங்கம், அணை கட்டுவதற்காக அப்புறப்படுத் தப்பட்டு நஷ்ட ஈடு தராமல் விரட்டப்பட்ட ஏழை எளியவர்கள், அணை எழும்பினால் பாதிக்கப்படும் பக்கத்து கிராமத்து மக்கள், அது வந்தால் நிறைய மின்சாரம் உற்பத்தி ஆகும் என்று கனவு காணும் தொழிற்சாலை உரிமையாளர்கள் என்று எல்லோருமே தொடர்பு உடையவர்கள்தான்.’

‘நான் ப்ராஜக்ட் வேலையாக இருந்து ராப்பகலாக உழைத்து வீட்டுக்கு நேரம் கழிச்சுப் போய்ச் சேரும்போதெலாம், ‘எங்கே சுத்திட்டு வரீங்க?’ன்னு எகிறிட்டு, அப்புறம் சுடச்சுட சோறாக்கித் தருவாளே என் வீட்டுக்காரி...’ புதிதாகக் கல்யாண மான ஒரு சிஷ்யன் குறுக்கே வெட்டினான்.

‘அவங்களும்தான். வீடு, மனைவி, மக்கள், அஜீர்ணம்னா சுக்குக் கஷாயம் வச்சுத்தர மாமியார் எல்லாரும் நேரடியா இல்லாட்டா லும், ஏதோ ஒரு விதத்திலே தொடர்பு உடைய புள்ளிகள்தான்.’

‘விட்டால் மன்மோகன் சிங், ஜார்ஜ் புஷ், டோனி பிளேர், லல்லு பிரசாத் யாதவ்னு எல்லோரையும் என் ப்ராஜக்ட் தொடர்புடைய வங்க ஆக்கிடுவீங்க போலிருக்கே? அவங்க எல்லாம் இருந் தாலும் சரிதான். மாமியார் மட்டும் வேணாம்’ என்று தீர்மான மாகச் சொன்னான் சிஷ்யன்.

‘சரி வேணாம். ப்ராஜக்ட் மேனேஜ்மெண்ட் வேதம் என்ன சொல்றதுன்னு ஏற்கெனவே சொல்லியிருக்கேனே. இப்படிப் ப்ராஜக்ட்டோட தொடர்புடையவங்களோட, முக்கியமாக அந்த வேலையை ஒப்படைத்த வாடிக்கையாளர்கள் இருக்காங்க பாரு, அவங்களோட, ப்ராஜக்ட் சம்பந்தமான விருப்பங்களைக் கூடிய மட்டும் நிறைவேற்றித் தருவது நிர்வாகியோட தலையாயக் கடமை.’ குரு உபதேசத்தை இன்னொரு முறை நினைவு படுத்தினார்.

வாசலில் காலடிச் சத்தம். மூன்றாவது சீடன் சோர்வாக உள்ளே நுழைந்தான். அவனுக்கும் இனிப்பை நீட்டினான் நண்பன்.

'ஸ்வீட் சாப்பிடுற நிலையிலே நான் இல்லேப்பா. உங்க கம்பெனி மாதிரியா? அடுத்தவங்க ப்ராஜக்டை எல்லாம் எடுத்து நேர்த்தியாச் செய்து தரீங்க. நாலு காசு பாக்கறீங்க. எங்க கம்பெனி பல்பொடி தயாரிக்கறதுலேருந்து, கம்ப்யூட்டர் உற்பத்தி செய்யறது வரை பல மாதிரி ஜிகிடி எல்லாம் செய்து பணம் பாக்குது. இதுலே ப்ராஜக்ட் வேறே அப்பப்போ பண்ண வேண்டிப் போறது. புதுசா வரப்போற ஜவ்வரிசி வடகம் பாக்கெட்டை வடிவமைக்கறது, புது டெலிவிஷன் பெட்டியை உருவாக்கற திட்டம்னு என்னன்னவோ வர்றது. இதை எல்லாம் நிர்வாகம் பண்றது போல ஆகக் கஷ்டமான வேலை கிடையாது போ!'

வந்த சிஷ்யன் சொந்தக் கதை சோகக் கதையை விலாவாரியாக எடுத்து விட்டான். கம்ப்யூட்டர் கம்பெனியில் ப்ராஜக்ட் மேனேஜராகச் சேராமல், அஷ்டாவதானம் செய்யும் நிறுவனத்தில் கையும் டையும் கட்டிச் சம்பளம் வாங்குவதில் இருக்கும் சிரமம் அவன் பேச்சில் தெரிந்தது.

'உனக்கு என்ன கஷ்டம் சொல்லு. ப்ராஜக்ட் இருந்தாலும் இல்லாட்டாலும் உங்க கம்பெனியிலே நீ வேலை பார்க்கிற டிபார்ட்மெண்டுலே ஏதாவது தினசரி வேலை இருந்துக்கிட்டே தானே இருக்கும்? எங்க கதை அதுவா? கடவுள் கிருபையினாலே வேறே வேறே கஸ்டமர் புதுசு புதுசா ப்ராஜக்ட் வேலையை ஒப்படைச்சுட்டு இருக்காங்க. ஒரு அஷ்டமி நாள்லே அவங்க எல்லோரும் கூடிப் பேசி இந்தக் கம்பெனியோட சங்காத்தமே வேணாம்யான்னு முடிவு பண்ணிட்டாங்கன்னு வச்சுக்க, நாங்க எங்கே போறது?' முதல் சிஷ்யன் தாமதமாக வந்த சிநேகிதனிடம் கேட்டான்.

குரு இரண்டு பேரையும் கைகாட்டி அமர்த்தினார்.

'நீங்க ரெண்டு பேர் சொல்றதும் உண்மைதான். ஆனா ரெண்டுமே முழு உண்மை இல்லை.'

அரை ஞானத்தைத் திருஞானமாக அருளிவிட்டு, முப்பது செகண்ட் தியானத்தில் ஆழ்ந்தார் வழக்கம்போல்.

மினி உறக்கம் கலைந்து அடுத்த குவளைக்காகக் கைநீட்டிய போது இரண்டு சிஷ்யர்களும் ஆளுக்கொரு கோப்பையை அவருக்கு அளிக்கத் தயாராக இருந்தார்கள்.

'நிஷ்டையில் குந்தறதுக்கு முன்னாடி சொன்னது சத்தியமாப் புரியலை குருவே!' கூட்டு முறையீடு இந்த முறை.

'அது ஒண்ணுமில்லேப்பா.நீ இருக்கறது திட்டமுறை நிறுவனம். திட்டம் திட்டமா, ப்ராஜக்ட் ப்ராஜக்டா எடுத்து நிறைவேற்றது தான் உங்க பாணி. ப்ராஜக்டைஸ்ட் ஆர்கனைசேஷன்னு வெள்ளைக்காரன் மொழியிலே சொல்லுவான்.'

'எங்க கம்பெனி ப்ராஜக்டைஸ்ட் எல்லாம் இல்லே தலை. அயோடைஸ்ட். உப்பு உற்பத்தி பண்ணவும் முந்தாநாள்தான் அடிச்சுப் பிடிச்சு லைசன்ஸ் வாங்கிட்டு வந்தாங்க.' கடைசியாக நுழைந்த சிஷ்யன் இன்னும் சோர்வு விலகாமலே சொன்னான்.

'சோர்வு தவிர். அயோடைஸ்டோ, ஆக்சிடைஸ்டோ, உனக்குன்னு ஒரு மேஜை, நாற்காலி, லொட்டு லொட்டுன்னு தட்ட கம்ப்யூட்டர், காண்டீன்லே டீ, மாசம் பிறந்தா சம்பளம் எல்லாம் கிரமமாக் கிடைக்குதோ இல்லியோ? தேங்க்ஸ் தேவுடான்னு தினம் ஒரு முறையாவது மனசு திறந்து சொல்லு தம்புடு. அவன் அருளாலே நீ போய்ச் சேர்ந்திருப்பது செயல் முறை நிறுவனத்துக்கு, அதாவது ஃபங்க்ஷணல் ஆர்கனை சேஷனுக்கு.'

குரு சாந்த சுவரூபனாக மொழிந்தார்.

'இந்தத் திட்டமுறை நிறுவனத்துக்கும் செயல்முறை நிறுவனத் துக்கும் என்னென்ன வித்தியாசம் குருவய்யா?'

அவர்கள் கேட்காவிட்டாலும் குரு சொல்லியிருப்பார். பாதிப் பாடத்தில் கடையைக் கட்டினால் அடுத்த ஜன்மத்தில் கீரிப் பிள்ளையாகப் பிறக்க நேரிடும் என்று கருட புராணத்தில் எழுதி வைத்திருக்கிறதாம்.

'திட்ட முறை நிறுவனத்தில் ப்ராஜக்ட் நிர்வாகம் செய்கிறவர் களுக்கு நிறைய அதிகாரம் இருக்கும். செயல்முறை நிறுவனத் தில் இது கொஞ்சம் குறைவுதான். அங்கே ஒரு திட்டம் புதிதாக நடக்கத் தொடங்கினால், அது சம்பந்தப்பட்ட துறை, நிதி

நிர்வாகம், விற்பனை, விளம்பரம் என்று நிறுவனத்தில் இந்தத் திட்டத்தோடு தொடர்புடைய பல துறைகளிலிருந்து பெரு மக்கள் திட்டத்தில் உறுப்பினர்களாகச் சேர்க்கப்படுவார் கள். ஒரு டப்பா குண்டூசி வாங்கக்கூட பைனான்ஸ் டிபார்ட்மெண்டுக்கு மூணு கொட்டேஷன் வாங்கி அனுப்பி அலுப்பும் ஆயாசமுமாக ஃபைல் நகர்த்தவே ப்ராஜக்ட் நிர்வாகிக்கு நேரம் சரியாக இருக்கும். சொல்லப் போனால் அவருக்கு ப்ராஜக்ட் மேனேஜர் என்றுகூட பதவி இருக்காது. சம்பந்தப்பட்ட துறைகளின் தலைவர்கள் இந்தத் திட்ட நிர்வாகத் தையும் தங்கள் கையிலேயே வைத்துக்கொண்டு இவர்களை ஆட்டுவிப்பார்கள். ஒரு தலையில்லை. பத்துத் தலைகள் கேட்ட கேள்விக்கெல்லாம் பதில் சொல்லி, அவர்கள் இட்ட கட்டளைப் படியெல்லாம் திட்டத்தை நடத்திப்போக வேண்டியிருக்கும். உறுப்பினர்கள் பாடு இன்னமும் கஷ்டம். அவர்கள் இந்தத் திட்டத்தில் வேலை பார்த்தபடியே அவர்களுடைய வழக்கமான பணியையும் தொடர வேண்டும். இங்கே கொஞ்ச நேரம். அங்கே கொஞ்ச நேரம்னு ஒப்பேத்தறது மட்டுமில்லே. ப்ராஜக்ட் வேலைக்கு இந்த நிர்வாகி. வழக்கமான வேலைக்கு வழக்கமான சிடுமூஞ்சி சீஃப் ஆபீசர். ஆக மூணு பாஸ் இவருக்கு.'

'ரெண்டுதானே?' முதல் சிஷ்யன் சந்தேகத்தைக் கிளப்பினான்.

'அவன் கல்யாணமான கட்டையப்பா. வீட்டு எஜமானியம்மா வையும் கணக்கில் சேர்க்கணுமில்லையா?'

'அது எல்லாம் சரிதான் பாஸ். செயல்முறை நிறுவனத்துலே நன்மையே கிடையாதா? எல்லோரும் திட்டமுறை நிறுவனத் துக்குக் காவடி எடுக்கவேண்டியதுதானா?' நாலு வார்த்தை காதில் விழுந்து, சுடச்சுடக் காப்பி தொண்டையில் இறங்கிச் சோர்வு தீர்ந்த கடைசி சிஷ்யன் கேட்டான்.

'உபத்திரவம் இருக்கும் இடத்தில் எல்லாம் சவுகரியமும் கொஞ்சம் இருக்கும் என்று உனக்குத் தெரியாதா? உங்க செயல்முறை நிறுவனத்துலே என்ன நன்மைன்னு நான் சொல்ல வேண்டாம். நீ வந்தபோதே உன் நண்பன் சொன்னானே, கவனிக்கலியா?' குரு வினவினார்.

யாருக்கும் எதுவும் நினைவு வராத அற்புத கணங்கள். இப்போது சொன்னால் சிக்கெனப் பதியும் சொல்லப்பட்டதெல்லாம் என்று குரு அறிவார். எனவே தொடர்ந்தார்.

'திட்ட முறை நிறுவனத்தில் ஒரு திட்டம் முடிந்ததும் அடுத்த திட்டம் வருமா, வந்தாலும் தனக்கு அதில் இடம் இருக்குமா என்று குழு உறுப்பினர்கள் மனம் திகைத்து மருக வாய்ப்பு உண்டு. ஆனால் செயல்முறை நிறுவனத்தில் அப்படியில்லை. 'பாட்டியம்மா, மாட்டை மேச்சாச்சு, கோலைப் போட்டாச்சு. கட்டினாக் கட்டு. கட்டாட்டப் போ' என்று திட்ட வேலை முடிந்ததும் வழக்கமான பணிக்கு பஸ்ஸை ரயிலைப் பிடித்து தினசரி சேவகம் செய்யக் கிளம்பிவிடலாம்.'

'இருக்குமிடமே சுகம் என்று உணர்ந்தேன் குருவே!'

சிஷ்யன் மனநிறைவோடு சொன்னான்.

5

வழிமுறைகள் ஐந்து

விடியற்காலையிலேயே கண் சிவந்து வந்தான் சிஷ்யன். நடை வேறு தள்ளாடியபடி இருந்தது.

வீடு. ஆபீஸ். அங்கேயிருந்து மோட்டார் பைக்கை ஸ்டார்ட் செய்தால் குரு குடில். வாரக் கடைசியில் தியேட்டரில் போய் தமிழ்ப் படம். வக்கணையாகச் சாப்பிட ஓட்டல். இதைத் தவிர வேறு போக்குவரத்தெல்லாம் தெரியாத சிஷ்யன் அவன். புதுசு புதுசாக அவனுக்குச் சிநேகிதிகள் வருவார்கள். போவார்கள். அவன் மாறுவதேயில்லை. மதுக்கடைக்கு ராத்திரி விசிட் அடிக்கும்படி அவனைப் புரட்டிப் போட்டது என்னவாக இருக்கும்?

குரு சற்றே குழம்பினார்.

'நீங்க நினைக்கறபடி எல்லாம் இல்லை குரு. ராத்திரி முழுக்க ஆபீஸில் சிவராத்திரியும் வைகுண்ட ஏகாதசியும் சேர்த்துக் கொண்டாடிட்டு வந்துட்டிருக்கேன்.'

குருவின் மனதில் ஓடுவதைப் புரிந்துகொண்ட கற்பூர சிஷ்யன் அவன்.

'ராத்திரி முழுக்க ஆபீஸே கதியாகக் கிடக்க அப்படி என்னப்பா வேலை?' குரு ஆதரவாகக் கேட்டார். அவர் கண்கள் வாசலைப் பார்த்தன. இன்னும் இரண்டு சிஷ்யகோடிகள் தலை தட்டுப் பட்டால் போதும், ஆரம்பித்து விடலாம்.

'எல்லாம் கஸ்டமர்களின் தொந்தரவுதான் குரு. எவ்வளவு கொடுத்தாலும் திருப்தி அடையவே மாட்டேங்கிறாங்க.'

சிஷ்யன் சுவரில் சாய்ந்து உட்கார்ந்து கண்ணை மூடிக் கொண் டான்.

'கேட்கறதை மட்டும் கொடுத்துப் பாரு. நிச்சயம் திருப்திப் படுவாங்க.'

குரு புன்முறுவலோடு சொல்லும்போது கூட்டமாக வந்த மற்ற சிஷ்யர்களால் அவை நிரம்பியது.

'வாடிக்கையாளர் உன்னிடம் என்ன எதிர்பார்க்கிறாரோ அதைக் கொஞ்சமும் குறைவுபடாமல், மிகுந்த தரத்தோடு கொடுப்பது மூலமே பல ப்ராஜக்ட்கள் வெற்றிப் பாதையில் அணிவகுத்துப் போகும். கேட்டதற்கு மேலே தருகிறேன் என்று ஆர்வக் கோளாறு காரணமாக நிறையக் கூட்டிச் சேர்த்துக் கொடுக்க நினைப்பது ஆபத்தில் முடியலாம். நீ ராஜராஜசோழன் இல்லையே, கோபுரத்தில் தங்கம் வேய.'

ராஜராஜ சோழன் இங்கே எங்கே வந்தான்? குரு சுயநினைவில் தான் இருக்கிறாரா? ஒரு சிஷ்யன் அவர் முன்னால் இரண்டு விரலைத் துப்பாக்கி போல் நீட்டினான்.

'ரெண்டுதான். நான்காக எல்லாம் தெரியலை, கவலைப்படாதே. விரலை மடக்கு. என் கண்ணைக் குத்திடுவே போலிருக்கே.'

குரு குருதான். சிஷ்யன் சிஷ்யன்தான்.

'கேட்டதற்கு மேலே அதிகமாகக் கொடுப்பதை ப்ராஜக்ட் மேனேஜ்மெண்ட் பரிபாஷையில் கோல்ட் பிளேட்டிங் என்று சொல்வார்கள். அதிரடியாகத் தமிழாக்கினதால் அது பொன் வேய்தல் ஆனது. புரிந்ததா? பொன் வேய்வது ப்ராஜக்ட் மேனேஜர் வேலை இல்லை.'

'புரிந்தது குருவே. ராஜராஜ சோழன் ப்ராஜக்ட் மேனேஜ் மெண்டில் நுழையாவிட்டாலும், தஞ்சைப் பெரிய கோயிலைக்

கட்டிக் கோபுரத்தில் பொன்வேய அவனும் ப்ராஜக்ட் மேனேஜரை நியமித்திருப்பானோ? அன்பில் அனிருத்தப் பிரம்மராயர், ஆழ்வார்க்கடியான் போல...'

'அந்தக் காலமோ, இந்தக் காலமோ, சோழனோ, சேரனோ, நீயோ நானோ. காலம் மாறும். காட்சிகள் மாறும். ப்ராஜக்ட் மேனேஜ்மெண்ட் வழிமுறைகள் ஒரே மாதிரித்தான். அவற்றை வகைப்படுத்தினால் எத்தனை தொகுதி வரும் என்று நினைக்கிறீர்கள்?' குரு கேள்வியின் நாயகனாக வகுப்பைக் கூர்ந்து நோக்கினார்.

'என்ன ஒரு இருபது இல்லே இருபத்தஞ்சு?'

'அது நீ வாழ்க்கைத் துணை தேடும்போது வயசு வரம்பு. ப்ராஜக்ட் மேனேஜ்மெண்ட்லே மொத்தமே ஐந்து வகையான வழிமுறைகள்தான். ப்ராஜக்டை தொடங்கும்போது அல்லது நடந்துகொண்டிருக்கும் ப்ராஜக்ட்டில் அடுத்த அடுத்த கட்டங் களைத் தொடங்கும்போது கைக்கொள்ளும் வழிமுறைகள் முதலாவது. இவை தொடக்க வழிமுறை வகையைச் சார்ந்தவை. இனிஷியேஷன் பிராசஸஸ் க்ரூப் (Initiation Processes Group) என்பர் இதனை அன்பர்கள்.'

குருவின் குரல் இருமலில் தேய, பழைய சங்கராபரணம் படத்தில் பழைய சங்கர சாஸ்திரி கச்சேரியில் அபஸ்வரம் தட்டும்போது கைகொடுக்கும் சிஷ்யன் போல் பிரதம சிஷ்யன் முன்னால் வந்து தொடர்ந்தான்.

'தொடங்கிய ப்ராஜக்டை நல்ல முறையில் நடத்திப் போகச் செயல் திட்டமிடும் வழிமுறைகளின் தொகுதி (Planning Processes Group) இரண்டாவது. செயல் திட்டப்படி நடத்திப் போக வகை செய்யும் வழிமுறைகளின் தொகுதி மூன்றாவது. இது செயல்படும் வழிமுறைகள் எனப்படும் (Execution Processes Group).'

கொதிக்கக் கொதிக்க ஒரு மடக்கு ஃபில்டர் காப்பியை கர்நாடக சங்கீத வித்வான் போல் மேல் துண்டால் தம்ளரை மூடி உள்ளே தள்ளிய குரு சுறுசுறுப்பாக, 'நாலாவது வகை வழிமுறைகள் ப்ராஜக்ட் நடக்கும்போது அதன் முன்னேற்றத்தைக் கண் காணித்து, வெற்றிக்கு அடித்தளம் அமைக்கும் கட்டுப்பாட்டு வழிமுறைகள் (Controlling Processes Group). கடைசியாக

ப்ராஜக்ட் முடிவில் சுபம் என்று டைட்டில் கார்ட் போடும் முன்னாடி செய்கிறோமே? அப்படியான காரியங்களின் தொகுதி யான முடிவு வழிமுறைகளின் தொகுதி (Closing Processes Group). இதைக் கட்டக் கடேசியில்தான் செய்யணும் என்று இல்லை. ப்ராஜக்டின் ஒவ்வொரு கட்டம் முடியும் போதும் இவற்றை நிறைவேற்றி வெற்றிகரமாக அடுத்த கட்டத்தில் வலது காலை எடுத்து வைக்கலாம்.'

என்ன, விளங்கினதா என்று குரு பருந்துப் பார்வை பார்க்க, சிஷ்யர்கள் மவுனமாக இருந்தார்கள்.

'புரிஞ்சது. முழுக்கப் புரிஞ்சது. ஆனா, அன்னிக்கு நீங்க சொன்னீங்களே, ப்ராஜக்ட் மேனேஜ்மெண்ட் என்றால் வரம்பு நிர்வாகம், நேர நிர்வாகம், தர நிர்வாகம், தகவல் நிர்வாகம் அப்படின்னு சில ஐட்டம். அது எல்லாம் இப்பச் சொன்னதுக்கு மாமன் மச்சான், சகலபாடி, சம்பந்தி முறையா? இல்லே அன்னிக்கு ஒரு பேச்சு இன்னிக்கு ஒரு பேச்சுதான் ஆன்றோர் வாக்கின் இலக்கணமா?'

ஆப்பு வைத்த திருப்தியில் சிஷ்யன் நிமிர்ந்து உட்கார்ந்தான்.

'அப்படிப் போட்டுத் தாக்கு, சொல்றேன்' குரு உற்சாகமானார். இப்படி மடக்கிக் கேள்வி கேட்டால்தான் அவருக்கு மேலும் பேச மூட் வருகிறது.

'அன்னிக்குச் சொன்னது திட்ட நிர்வாகம், அதாவது ப்ராஜக்ட் மேனேஜ்மெண்ட் என்ற நிர்வாக இயலின் பகுதிகள். அறிவுப் பரப்புகள் (Knowledge Areas). ஒவ்வொரு பகுதிக்கும் உரித்தான சிலப்பல வழிமுறைகள் உண்டு. அப்படி எல்லாப் பகுதிகளுக்கு மான வழிமுறைகளை மொத்தமாகத் தொகுத்தால், அவற்றை யெல்லாம் மேலே சொன்ன இந்த ஐந்து தொகுதிகளில் அடக்க லாம். ப்ராஜக்ட்டைத் தொடங்க, திட்டமிட, நடத்திப் போக, கண்காணிக்க, ஷட்டரை இறக்க - மொத்தம் ஐந்து வகை. இப்பப் புரியுதா?'

குரு சந்தேகம் தீர்த்த நம்பிக்கையோடு வினவினார்.

'அதாவது ப்ராஜக்ட் மேனேஜ்மெண்ட் என்பது பல நிர்வாகப் பகுதிகளாகப் பிரித்து அறியப்படுவது. நிர்வாகப் பகுதிகள் செயல் முறைகளைக் கொண்டவை. செயல்முறைகளை

மொத்தமாகப் பிரித்து வகுத்து வழிமுறைத் தொகுதிகள். பீட்டர் விட்டால் சொன்னதுபோல, Project management consists of knowledge areas. Each knowledge area has its own processes. Processes come under process groups. ஓகேவா குருவே?' பண்பலை வானொலியில் காலை நேரத்து சுசித்ரா போல் உற்சாகமாகக் கூவினாள் சிஷ்யை.

'ரிப்பீட்டு', வகுப்பே பி. வாசு குரலில் முழங்கியது.

மறு ஒலிபரப்பு ஆனபிறகு குரு விட்ட இடத்திலிருந்து தொடர்ந்தார். 'இந்த அடிப்படை குழப்பமில்லாமல் புரிந்தால் அப்புறம் ப்ராஜக்ட் மேனேஜ்மெண்ட் அறிவுத் தேடல் ஜுஜுபி சமாச்சாரம்தான். அப்புறம் இன்னொன்று. இந்த ஐந்து வகையில் அடங்கும் ஒவ்வொரு வழிமுறையும் மற்றவற்றோடு நேரடியாகவோ, மறைமுகமாகத் தொடர்பு உடையது. ஒரு வழிமுறை செயல்பட்டு முடிந்து உருவான விளைவோ, உருவான பொருளோ இன்னொரு பிராசஸ் தொடங்க மூலப் பொருளாகும்.'

'எப்படி எப்படி?' ஆர்வமான குரல்கள்.

'தொடங்கு. செயல் திட்டமிடு. அந்தச் செயல் திட்டத்தை நடைமுறைப்படுத்து. நடைமுறைப் படுத்தறது சரியாப் போகுதான்னு கண்காணிப்பு செய். சரியா முடிஞ்சா அடுத்த கட்டத்தைத் தொடங்கு. அதுக்கு உண்டான செயல்திட்டம் போடு. நடத்து. அதைக் கண்காணி. அதை முடிச்சு...'

குருவுக்கு மூச்சு வாங்கியது.

'இதுக்கு ஏன் மூச்சு முட்டிக் கஷ்டப்படுறீங்க? ஸ்டார்ட் - பிளான் - ஆக்ஷன் - செக் - பேக் அப்...' சினிமா தொடர்புள்ள சிஷ்யன் ப்ராஜக்ட் மேனேஜ்மெண்டை சமவிகிதத்தில் கலந்து விளாசினான்.

'அதே, அதே. சரி, இப்ப நேரம் நல்ல நேரம். சுப முகூர்த்த வேளை. ப்ராஜக்ட் மேனேஜ்மெண்ட் நிர்வாகப் பகுதிகளை ஒண்ணு ஒண்ணாப் பார்த்து ஒரு வழி பண்ணிடலாம். நான் ரெடி. நீங்க ரெடியா?'

'பழைய வசனம் குரு. க்ரோர்பதி அமிதாப் பச்சன் திரும்ப வந்து புதுசு புதுசா வசனம் எல்லாம் எடுத்து விட்டுட்டு இருக்கார். பார்க்கலியா?' சிஷ்யை விசாரித்தாள்.

‘எங்கேம்மா நேரம்? உங்களுக்கு எல்லாம் அறிவுப் பசி தீர்க்கவே தவிச்சுத் தண்ணி குடிச்சு, துரும்பாத் தேய்ஞ்சு...’

‘ஓகே குரு, ரொம்ப ஃபீலிங்க்ஸ் ஆவாதீங்க, நல்ல நாளும் அதுவுமா. எங்கே தொடங்கப் போறீங்க?’ சிஷ்யை ஆதரவாகக் கேட்டாள்.

‘ஒருங்கிணைந்த திட்ட நிர்வாகம்’, குரு தீர்மானமாக அறிவித்தார். அவர் சொன்னால் அப்பீலே இல்லை.

‘ஒருங்கிணைந்த ஊரக வளர்ச்சித் திட்டம்னு தொலைக் காட்சியிலே செய்திகள் கேட்கிறபோது காதில் விழுமே. அது போல இருக்கே. தூக்கலாக சர்க்கார் வாடை அடிக்கிற சமாச் சாரமோ இது குருவே?’

‘அரசும் அரசியலும் அருகேயே வராத துறை பற்றிப் பேசு கிறோம் அப்பா. கூர்ந்து கவனி. எஃப் சானலில் நடந்தாய் வாழி காவேரியையும், காதரினையும் பார்க்கிறது போல.’

குரு, குறும்புச் சிரிப்போடு தொடர்ந்தார். ‘திட்ட ஒருங்கிணைக் கும் நிர்வாகம். அதாவது Project Integration Management. இது திட்ட நிர்வாகத்தின் எல்லாப் பகுதிகளையும், அவற்றுக்கே உரிய வழிமுறைகளையும் சீராக ஒருங்கிணைத்து நடத்திப் போக ப்ராஜக்ட் மேனேஜருக்கு உதவிக் கரம் நீட்டுவது.’

‘இந்த நிர்வாகப் பகுதிக்கு வேறு விசேஷ லட்சணங்கள் ஏதும் உண்டோ?’

‘ஏன் இல்லாமல்? ப்ராஜக்ட் தொடர்புடையவர்கள், அதாம்பா, ஸ்டேக்ஹோல்டர்கள் (stakeholders) இருக்காங்களே. அவர்கள் எதிர்பார்ப்புகள் ஒன்றுக்கொன்று வித்தியாசமா இருக்கலாம்னு சொன்னேன் இல்லியா? அதையெல்லாம் சீர் தூக்கிப் பார்க்கறதுதான் இங்கே செய்யற வேலை. ப்ராஜக்ட்டோட வரம்புக்குள்ளே, எதை நிறைவேற்றலாம்; எதை முடியாதுன்னு தீர்மானிக்கலாம். வெளியாருக்கு ப்ராஜக்ட் வேலையைக் கொடுக்காமல் தானே நிறைவேற்றும் நிறுவனங்களுக்கும் இந்த நிர்வாகப் பகுதி முக்கியமானது. ப்ராஜக்டை அதன் எந்த எந்தக் கட்டத்திலே நிறுவனத்தில் தினசரிப் பணிகளில் எதோடு எப்போது இணைப்பது என்கிறதைத் தீர்மானிப்பதும் இந்த ஒருங்கிணைக்கும் திட்ட நிர்வாகப் பகுதியிலேதான்.’

‘அதாவது?’ சிஷ்யன் இழுத்தான்.

‘புதுக் காரை உருவாக்கிற கார் கம்பெனி, அந்தக் காரை எப்படி விளம்பரப்படுத்தறது, எப்படி விலை நிர்ணயிக்கறது, எப்படி மார்க்கெட்டில் அறிமுகப்படுத்தறது என்று விளம்பர, நிதி, விற்பனைத் துறையோடு தொடர்புகொள்வது என்பதெல்லாம் இதுக்கு உதாரணம்.’

‘ஒருங்கிணைக்கும் திட்ட நிர்வாகத்துக்கான வழிமுறைகள் என்னென்ன?’, எழுந்து நின்ற குருவை விசாரித்தான் சீடன்.

‘அடுத்த வாரம், இதே நாள். இதே நேரம். ஸ்டே ட்யூண்ட்.’

6

ஒருங்கிணைக்கும் திட்ட நிர்வாகம்

‘பனிக்குழைவு வாங்கிட்டு வந்திடறேன்.’ அரை நிஜாரான பெர்மூடா அணிந்திருந்த சிஷ்யன் குருவிடம் விண்ணப்பித்துக் கொண்டான். வெயில் தாங்காமல் வியர்வையில் குளித்துக் கொண்டிருந்த குரு அவன் கேட்ட தீந்தமிழ் ஐஸ்கிரீம் வாங்கிவர உடனடி அனுமதியோடு, காசையும் டிஜிட்டல் கமண்டலத்தைக் கவிழ்த்துக் கொடுத்தார். ‘என் ரதத்தை எடுத்துப் போ’ என்ற உபரி சலுகை வேறு.

‘அந்தக் காரை ஓட்டற நேரத்தைவிடத் தள்ளிட்டுப் போறது தானே அதிகம்’ என்று முணுமுணுத்தபடி கிளம்பிய சிஷ்யன் சரியாக நாற்பத்தைந்து வினாடியில் திரும்பி வந்தான். ‘சாவி இல்லாமல் காரை எப்படி எடுத்து ஓட்டறதாம் குருவே?’ என்று அவன் கேட்ட கேள்விக்கு குரு இன்னொரு கேள்வியையே பதிலாக அளித்தார்: ‘ ஸ்டீயரிங் இல்லாத காரை ஓட்டச் சொல்லி ப்ராஜக்ட் மேனேஜரைச் சொல்லுகிற நிறுவனங்கள் இருக்கிறதே, உனக்குத் தெரியாதா, என் அன்புக்குரிய பெர்மூடனே?’

‘அது என்ன கதை?’ சிஷ்யன் ஐஸ்கிரீமை அப்புறம் வாங்கிக் கொள்ளலாம் என்று மூட்டைப் பூச்சி இல்லாத பிரம்பு மோடா வாகப் பார்த்து அமர்ந்தான். தரையிலும், நாற்காலிகளிலு மாக மற்றவர்கள். குருவின் உபன்யாச நேரம் தொடங்கியாகி விட்டது.

‘உங்களுக்கெல்லாம் ஒருங்கிணைக்கும் ப்ராஜக்ட் நிர்வாகம், அதான், Project Integration Management பற்றிச் சொல்ல ஆரம் பிச்சேன் இல்லையா? ப்ராஜக்டைவி பார் விக்ட்ரின்னு வெற்றி யோடு செஞ்சு முடிக்கத் தேவையான நிர்வாகச் செயல் முறை கள், செயல்பாடுகள் எதுல்லாம்னு கண்டுக்கிட்டு, அதெல்லாத்தை யும் ஒண்ணோட ஒண்ணு தொடர்புபடுத்தி, சங்கிலி மாதிரிக் கோர்த்து அம்சமா நடத்திப் போறது.’ குரு மலரும் நினைவு களைக் கிளறினார். அவர் விரல்கள் செல்ஃபோனில் விளை யாடின. ‘தலை அமெரிக்காவிலிருந்து ஐஸ்கிரீம் ஆர்டர் பண்றது போல’ என்று சிஷ்யன் கிண்டலடித்ததை லட்சியமே செய்ய வில்லை.

‘குருஜி, ப்ராஜக்ட் நடக்கிற நேரங்காலத்துலே வந்து சேரும் பிரச்னைகளை முன்கூட்டியே அடையாளம் காண்றதும் இந்த நிர்வாகத்துலே சேர்த்தி இல்லியா?’ சூட்டிகையான சிஷ்யை கேட்டாள். ‘பின்னே இல்லியா? பிரச்னை முளைச்சால், சுமுகமாகத் தீர வழி செய்யறதும் ஒட்டுமொத்தமாப் பார்க்கும் போது இண்டக்ரேஷன் மேனேஜ்மெண்ட்தான். எந்த நாளிலே எந்த வேலையை யாரெல்லாம் செய்யறாங்க, எந்தப் பணிக்கு எப்போது எவ்வளவு பணமும் உழைப்பும் ஒதுக்க வேண்டி யிருக்கு என்ற ஒரு பருந்துப் பார்வை. இதெல்லாம்கூட ஒருங் கிணைக்கும் திட்ட நிர்வாகம்தான்.’

‘என்ன என்ன பிராசஸ், அதாவது வழிமுறைகள் இந்த ஒருங் கிணை எட்சட்ரா எட்சட்ரா சமாசாரத்துலே உண்டு?’ பின்வரிசை யில் சுவரில் சாய்ந்திருந்த சிஷ்யன் கேட்டான். அவனை முன் னுக்கு வரச்சொல்லி ஆசிர்வதித்தார் குரு. புதிதாக டிஸ்டம்பர் அடித்த சுவரில் அவன் பின்னந் தலையில் பூசியிருந்த எண்ணெயால் அதிநவீன ஹேர் ஆயில் ஓவியம் வரைவதைத் தடுக்கத் தந்திரமான ஏற்பாடு அது.

‘இதெல்லாம் வழிமுறை, நோட் பண்ணிக்குங்க’, குரு விரலை மடக்கினார். ‘ப்ராஜக்ட் அறிவிப்பை உருவாக்குவது, ப்ராஜக்ட்

மேற்கொள்ளும் பணியின் வரம்பு பற்றிய முதல்நிலை அறிக்கை தயாரிப்பது, ப்ராஜக்ட்டை வழிநடத்திப் போவதற்கான திட்டத் துக்கு எழுத்து வடிவம் தருவது, ப்ராஜக்டை இயக்கி நிர்வகிப் பது, ப்ராஜக்ட் பணியை மேற்பார்வையிட்டுக் கண்காணிப்பது என்பவை ஒருங்கிணைக்கும் ப்ராஜக்ட் நிர்வாகத்துக்கான வழிமுறைகள்.'

முன்வரிசை மஞ்சள் சூடிதார் சூட்டிகையோடு பிபிசி டெலிவிஷனில் கீதா குருமூர்த்தி போல் அழகான ஆங்கிலத்தில் அதை மொழிபெயர்த்தாள். 'Develop Project Charter, Develop Preliminary Project Scope Statement, Develop Project Management Plan, Direct and Manage Project Execution, Monitor and Control Project Work, Integrate Change Control, Close Project. These are Project Integration Management processes.'

'இதில் முதலாவது, ப்ராஜக்ட் சார்ட்டர் என்ற ப்ராஜக்ட் அறிவிப்பு. ப்ராஜக்டை நிறுவனம் அங்கீகரித்ததைச் சொல்லும் அதிகாரபூர்வ டாக்குமெண்ட். ப்ராஜக்டைத் தலைமை ஏற்று நடத்த ப்ராஜக்ட் மேனேஜருக்கு சகல உரிமையும் வழங்கிப் பிரகடனப்படுத்துவது இந்த ஆவணம்தான். மஞ்சள் பிள்ளையார் பிடிப்பது போல, ப்ராஜக்ட் தொடங்கறதுக்கு முன்னாடி நடக்க வேண்டிய முதல் காரியம் இந்த அறிவிப்பை வெளியிடுவது. நிறுவனத்தின் சார்பில் இந்த சார்ட்டரை, சீனியர் அதிகாரி வெளியிடுறது வழக்கம். இந்த உரிமைப் பத்திரம் இல்லாமல், ப்ராஜக்ட் மேனேஜரை அப்பாயிண்ட் செய்து அவரை ப்ராஜக்ட்டை நிர்வகிக்கச் சொல்வது, ஸ்டியரிங் இல்லாத புத்தம்புதுக் காரைக் கொடுத்து ஓட்டிப்போகச் சொல்றது மாதிரி.' குரு பனிக்குழைவு கேட்ட சிஷ்யனைப் பார்த்து பனிபோல் குளிர்ச்சியாகப் புன்னகைத்தார். அவன் மெல்ல ஜகா வாங்குவது போல் தோன்றவே, 'இன்னும் ஐந்து நிமிஷத்தில் ஐஸ்கிரீம் வந்துடும்' என்று செல்ஃபோனில் குறுஞ்செய்தி படித்துக் கூடவே ஒலிபரப்பினார்.

'ப்ராஜக்ட் சார்ட்டர்லே என்ன எல்லாம் சொல்லியிருக்கும் குருவே?' சிஷ்யன் கேட்டபடி திரும்ப உட்கார்ந்தான்.

'ரொம்ப சிம்பிள் தம்பி, இந்த ப்ராஜக்ட் என்ன அடிப்படையில் மேற்கொள்ளத் தீர்மானிக்கப்பட்டது, எந்தப் பொருளை அல்லது சேவையை உருவாக்க நடத்தப்படுகிறது, யார் வாடிக்கையாளர்,

இதில் அக்கறையுள்ள மற்றவர்கள் எல்லாம் யார் யார், எப்போது தொடங்கி எப்போது முடிக்கவேண்டும், எதையெல்லாம் வைத்து ப்ராஜக்ட் வெற்றி பெற்றதா என்று நிர்ணயிக்கப்படும், எவ்வளவு நிதி ஒதுக்கப்பட்டுள்ளது, என்னவித அனுமானங்களோடு ப்ராஜக்ட் தொடங்கப்படுகிறது, எந்தவிதமான கட்டுப்பாடுகளுக்கு இடையே இயங்கவேண்டும் - இதையெல்லாம் ரத்தினச் சுருக்கமாக அதே நேரம் தெளிவாகச் சொல்வது ப்ராஜக்ட் சார்ட்டர்.'

குருவுக்கு மூச்சு வாங்கியது. பட்டியல் ஒப்பிப்பதில் சங்கடம் அது. 'அறிவுப் பசியைத் தீர்க்கிற காரியமாச்சே? பொறுத்துத் தான் ஆகணும்' என்று அவருடைய அந்தராத்மா எஸ்.எம்.எஸ் அனுப்பியது.

'ப்ராஜக்ட் சார்ட்டர் உருவாக்க என்ன எல்லாம் மூலப்பொருள் - Input?' மஞ்சள் சூடிதார் கேட்டாள். அவளுக்கு அதெல்லாம் தலைகீழ்ப் பாடம். வேறு யாராவது சொல்வார்களா என்று வாயைக் கிண்ட ஆசை அந்தப் பெண்ணுக்கு.

'இவனுகளா, தெரிஞ்சாலும் வாயைத் தொறக்க மாட்டாங்களே, நீயே சொல்லு தாயீ', குரு வாசலில் வந்து நின்ற பனிக்குழைவு நிறுவன வாகனத்தைப் பார்த்தபடி சொன்னார். அவருக்கும் சின்னச் சின்னதாகக் கிளம்பி எவரெஸ்டாக வளர்ந்த ஐஸ்கிரீம் ஆசை.

'வாடிக்கையாளருடன் செய்துகொண்ட ஒப்பந்தம், ஒப்பந்த வேலையின் வரம்புகளை எடுத்துச் சொல்லும் அறிவிப்புப் பத்திரம், ப்ராஜக்ட் நடக்கும்போது மாற்றங்களுக்கான கோரிக்கை வந்தால் எப்படிக் கையாளுவது என்று விதிமுறைகள் இதெல்லாம் இங்கே மூலப்பொருள். எனக்கு சாக்லெட் ஐஸ்கிரீம்...' அவள் எல்லோருக்கும் முன்னால் வாசலுக்கு ஓடினாள்.

7

ப்ராஜக்ட் சார்ட்டர்

'ப்ராஜக்ட் சார்ட்டர் உருவாக்க சில கருவிகள் - tools and techniques - இருக்கு தெரியுமா?', குரு தொடங்கினார். வாயில் ஐஸ்கிரீம் உருகுவதை அனுபவித்தபடி இருந்த சிஷ்யர்கள் கேள்விக்குப் பதில் சொல்லாமல் 'பாஸ் பாஸ்' என்று கையாட்டி விடவே குருவே விடையவனும் ஆனார்.

'என்னை மாதிரி பழமும் தின்னு கொட்டையையும் முழுங்கின அனுபவசாலிகளின் நிர்வாக அனுபவம் இந்த சார்ட்டரை உருவாக்க ஒரு கருவி. ப்ராஜக்ட் நடத்தக் காரணம் - project stimuli - பற்றி சிலபல வகுப்பு முன்னாலே சொன்னேனே, நினைவு இருக்கு இல்லே? ஒரே நேரத்திலே நாலஞ்சு ப்ராஜக்ட் ஆரம்பிக்க யோசனை கிடைக்குதுன்னு வை. இந்த யோசனைக்கு இம்புட்டுச் செலவு செஞ்சா இந்தளவுக்குப் பலன் என்று நிறுத்துப் பார்த்து கூடுதல் பலன் தர்ற யோசனையை செலக்ட் செய்ய வழிவகையிருக்கே. அதுவும் கருவிதான்.'

‘சார்ட்டரிலேயே ஆயுசு முழுக்கக் கழிக்கணுமா, மேலே போகலாமே?’ சப் ஜூனியர் சிஷ்யன் அவசரப்பட்டான். அவனுக்குச் சீக்கிரம் இந்த வித்தையெல்லாம் கற்றுத் தொழிலில் இன்னும் நாலு காசு பார்க்கத் துடிப்பு.

‘ஒருங்கிணைக்கும் ப்ராஜக்ட் நிர்வாகத்தில் அடுத்த வழிமுறை, ப்ராஜக்ட் பணியின் வரம்பு பற்றிய முதல்நிலை அறிக்கை தயார் செய்யறது.’ குரு ஆரம்பித்தார். அப்புறம், தூங்க ஆரம்பித்த ஒரு சீனியர் சிஷ்யனை எழுப்பிப் பேசச் சொல்லி ஆக்ஞை பிறப்பித்துக் குடிலின் பின்கட்டுக்கு நடந்தார்.

நல்ல தூக்கத்திலும் இந்த சமாசாரத்தை எல்லாம் அட்சரம் பிசகாமல் ஒப்பிக்கக்கூடிய விசுவாச சிஷ்யன் தொடர்ந்தான். ‘ப்ராஜக்ட் சார்ட்டரின் சற்றே விரிவடைந்த வடிவம் இந்த முதலறிக்கை. எதெல்லாம் செய்யணும், எதை எப்போ முடிச்சு வாடிக்கையாளருக்கு எப்படித் தரணும், அதை வாடிக்கையாளர் ஏற்றுக்கொள்ளத் தரநிர்ணயம் என்ன? இது மாதிரி விஷயங்கள் இந்த அறிக்கையிலே இருக்கும்.’

‘கடலையெண்ணெய் ஆட்டுறதுபோல, இதுக்கும் மூலப் பொருள், கருவி எல்லாம் இருக்குமே?’ ப்ராஜக்ட் மேனேஜ்மெண்ட் மெய்ஞானத்தின் முக்கிய அம்சத்தை உணர்ந்த இளைய சிஷ்யன் கேட்டான்.

‘உண்டல்லோ. ப்ராஜக்ட் சார்ட்டர் இந்த அறிக்கை உருவாக்க மிக முக்கியமான மூலப்பொருள். ஒப்பந்த வேலையை விவரிக்கும் அறிவிப்புப் பத்திரம், நிறுவனம் ஏற்படுத்தி இருக்கும் வழிமுறைகள் என்று சார்ட்டர் உருவாக்க எடுத்துக் கொண்ட இதர மூலப்பொருட்கள் இங்கேயும் பயன்படும். அது கிடக்கட்டும், எள்ளுப் புண்ணாக்கு சாப்பிட்டிருக்கியா? அதோட ருசியைப் பத்தி அமெரிக்கா, நியூசிலாந்திலே எல்லாம் இருந்து நம்ம ஆளுங்க இண்டர்நெட்டுலே எழுதறாங்க.’ மஞ்சள் சூடிதார் சப் ஜூனியரிடம் ஆர்வமாக விசாரித்தாள்.

‘எள்ளுப் புண்ணாக்குன்னா எள்ளுப் புண்ணாக்குதான். பேஷ், பேஷ்!’ அமரர் உசிலைமணியின் எக்ஸ்ட்ரா லார்ஜ் சைஸ் அசரீரி மாதிரி குரல் விட்டபடி குரு திரும்ப வந்தார். ‘மூலப்பொருள் மட்டுமில்லே, ஏற்கெனவே சொன்னேனே, நிர்வாக அனுபவம் உள்ள புத்திஜீவிகளின் திறமை, சேஞ்ச் மேனேஜ்மெண்ட் என்ற

மாற்றத்துக்கான வழிமுறை. இதெல்லாம் இங்கேயும் கருவிகளாகும்...'

'குருவே, நீங்க ப்ராஜக்ட் இண்டக்ரேஷன் மேனேஜ்மெண்ட்லே ஏழு வழிமுறை இருக்குன்னீங்க. ரெண்டு இங்கே சொல்லியாச்சு. மூணாவது?' இன்னொரு வாழைப்பழத்தை உரித்துக் கொண்டு அந்த அவசரக்குடுக்கை சப்-ஜூனியர் கேட்டான்.

'ப்ராஜக்ட்டை வழிநடத்திப் போவதற்கான திட்டத்துக்கு எழுத்து வடிவம் தருவது ஒருங்கிணைக்கும் ப்ராஜக்ட் நிர்வாகத்தின் அடுத்த கட்ட வழிமுறை', முதலாழ்வானான சிஷ்யன் அவனுக்கு பதில் சொன்னான்.

சூடிதார் சுடர்க்கொடி உற்சாகமாகத் தொடர்ந்தாள். 'திட்டத்துக்கு எழுத்து வடிவம் அப்படீங்கறது என்ன? ப்ராஜக்டின் வரம்பு நிர்வாகத் திட்டம், நேர நிர்வாகத் திட்டம், நிதி நிர்வாகத் திட்டம், தர நிர்வாகத் திட்டம், ஊழியர் நிர்வாகத் திட்டம் இப்படி ஒவ்வொரு நிர்வாகப் பிரிவுக்குமான திட்டங்கள் இருக்கில்லே. அவற்றோட தொகுப்புக்கு எழுத்து வடிவம் தர்றதுதான்... இதையெல்லாம் தயாரிக்கும்போது கூடவே உருவாகும் நிதி ஒதுக்கீட்டு பட்ஜெட், தர நிர்ணய அளவுகோல்களின் பட்டியல் இப்படி இன்னும் சில முக்கிய ஆவணங்களும் இந்தத் தொகுப்பில் சேரும்.'

'இந்தத் திட்ட எழுத்து வடிவம் ஒரு ஷேப்புக்கு வந்து சேர என்னெல்லாம் மூலப்பொருள், கருவி?' எள்ளுப் புண்ணாக்கு சிஷ்யன் கேள்விக்கணை தொடுத்தான்.

'ஒண்ணு நினைவு வச்சுக்குங்க. ஒவ்வொரு கட்ட வழிமுறை பத்திப் பேசும்போதும், அதுக்கு முந்திய கட்ட வழிமுறையை நடப்பாக்கி உருவான சரக்கு ஆட்டோமேட்டிக்கா இங்கே மூலப்பொருளா வந்து குன்சா உக்காந்துடும். இங்கேயும் அதே கதைதான். இந்தக் கட்டத்துக்கு முந்தியதில் சுகப் பிரசவம் ஆச்சே, ப்ராஜக்ட் பணியின் வரம்பு பற்றிய முதல்நிலை அறிக்கை? அந்த அறிக்கை இங்கே மூலப்பொருளாயிடும். சார்ட்டரை மட்டும் சாய்சிலே விட்டுங்க. அங்கே சொன்ன மற்ற எல்லாம் இங்கேயும் ஆதிமூலம்.'

குரு தாடியைத் தடவிக்கொண்டு தெர்மாஸ் பிளாஸ்கை உற்றுப் பார்த்தார். ஐஸ்கிரீம் குளிர்ச்சியை, டிக்காஷன் அதிகமான

சோமபானம் சுடச்சுடக் குடித்து ஈடுசெய்ய அவருக்கு அடுத்த ஆசை. குறிப்பறிந்த சிஷ்யன் அடுக்களைக்கு எஸ்.எம்.எஸ் அனுப்ப, குடிலின் சமையல் கலைஞன் இன்னொரு தர்மாஸ் கமண்டலத்தை வைத்துவிட்டுப் போனான்.

சூடிதார் மஞ்சுளா சொன்னாள்: ' குரு சொன்னது தவிர சிலது உண்டு. எந்த எந்த வழிமுறைகளை இந்த ப்ராஜக்ட் வெற்றி கரமாக நிறைவேறப் பயன்படுத்த வேணும் என்பதைத் தீர்மானிக்க ஈசியா, மொத்த வழிமுறைகளின் பட்டியலும் மூலப் பொருள்களில் அடக்கம்.'

'இங்கே கருவிகள் என்னன்னா, திட்டத்துக்கு எழுத்து வடிவம் தரப் பயன்படுத்தும் அதே கருவிகளே தான். மாற்றங்களைக் கையாள வழிவகை. அப்புறம் ப்ராஜக்ட் நடப்பில் பயன்படுத்தப் படற, உருவாக்கப்படற பொருட்கள், ஆவணங்களைப் பராமரிக்க, கணக்கு வைக்கறதுக்கான சிஸ்டம் போன்றவை', இதுவரை வாயைத் திறக்காத இன்னொரு சிஷ்யை தயங்கித் தயங்கிச் சொன்னாள்.

'முக்கியமானதை விட்டுட்டியே?' பெர்மூடா சிஷ்யன் எழுந் தான். 'நம்ம குரு மாதிரி போன நூற்றாண்டு புண்ணிய புருஷர் களின் வழிகாட்டல் பிளஸ் அருள் வாக்கு அனுபவ மொழிகள்.' அவன் குருவின் முதுகுக்குப் பின்னால் மர அறுவை மில் மாதிரி கையை அசைக்க, குரு திரும்பிப் பார்த்தார். 'பெருமூடா, இரு உனக்கு வைக்கறேன் ஆப்பு!' அவர் காலி காப்பிக் கோப்பை யுடன் துரத்த ஆரம்பிக்க, இவன் ஓடிக்கொண்டிருந்தான்.

8

ப்ராஜக்ட் இயக்க நிர்வாகம்

‘ஒருங்கிணைக்கும் ப்ராஜக்ட் எட்சட்ரா எட்சட்ரா சமாசாரத்தின் மிச்ச சொச்சத்தையும் சொல்லி முடிச்சுடுங்க குருவே. இதைக் கடந்து கரையேறி னாலே பாதிக் கடல் தாண்டினது போல ஆயிடும் போல இருக்கே.’ குரு கணக்கில் நாலு கோன் ஐஸ்கிரீம் உள்ளே தள்ளிய சிஷ்யன் சுவாதீனமாக அவர் மேஜை இழுப் பறையிலிருந்து கடலை மிட்டாயை எடுத்து வாயில் போட்டுக் கொண்டு சொன்னான்.

‘உனக்கு வயிற்றுக்கு ஈந்தே நான் இன்சால்வெண்ட் ஆயிடுவேன் போலே இருக்கு. இதுலே செவிக்கு துரித உணவு, அதாம்ப்பா, ஃபாஸ்ட் ஃபூட் கேக்கறியே, நியாயமா?’ குரு பரிதாபமாக முகத்தை வைத்துக்கொண்டு கேட்டார். நொறுக்குத்தீனியை எங்கே மறைத்து வைத்தாலும் கில்லாடி சிஷ்யர்கள் கண்டு பிடித்துவிடுகிறதில் ஆச்சரியம் அவருக்கு,

‘ஸ்டார்ட், ரெடி, ஆக்ஷன்’, சிஷ்யை கொடுத்த ஊக்கத்தில் உற்சாகமாகத் திரும்பவும் ஆரம்பித்தார்

குரு. 'ஒருங்கிணைக்கும் ப்ராஜக்ட் நிர்வாகத்தின் அடுத்த வழிமுறை ப்ராஜக்டை இயக்கி நிர்வகிக்கிறது. போட்டு வைத்த ப்ராஜக்ட் திட்டம் ஓக்கே கண்மணி அப்படீன்னு பின்னணியிலே பாட்டு போட்டாலும் டபுள் ஓக்கேதான். ஏட்டில் எழுதினதை எடுத்து நடத்திப்போகிற இதுதான் ப்ராஜக்ட் நிர்வாகத்தின் இதயத் துடிப்பு.'

'இங்கே கதாபாத்திரங்கள் யார் யார்?' சிஷ்யை கேட்டாள்.

'ப்ராஜக்ட் மேனேஜரும் அவரோட குழுவும் சேர்ந்து மேற் கொள்ள வேண்டிய வழிமுறை இது. தவறுகளைத் திருத்திக் கொள்வது, குறை ஒன்றும் வராமல் தடுப்பு நடவடிக்கை எடுப்பது இப்படி ப்ராஜக்ட் நடப்பு சார்ந்த காரியங்களும் இதில் அடங்கும்.'

'இந்தக் கட்டத்துக்கு ஊட்டச் சத்து கொடுப்பது எது எல்லாம் குருவே? புத்தகத்துக்கு நடுவிலே நீங்க மறைச்சு வச்சிருக்கிற மில்க் சாக்லெட் எங்களுக்கு ஊட்டம் தருவது மாதிரி?' சிஷ்யன் பக்கத்தில் வந்து ரகசியம் போல் கேட்டான். கடலை மிட்டாயைத் தொடர்ந்து மில்க் சாக்லெட்டும் பறிபோவதைத் திகிலோடு பார்த்தார் குரு. ஆனாலும் முகத்தை உற்சாகமாக வைத்துக் கொண்டு தொடர்ந்தார் அவர்.

'ஏற்கெனவே உருவாக்கி வச்சிருக்கே பாரு, ப்ராஜக்டை வழிநடத்தும் திட்டம், அது கடலை மிட்டாய் மாதிரி. நடப்பை ஒழுங்குபடுத்தத் தேவையான சீர்திருத்த நடவடிக்கைகள், முன்னேற்பாடுகள் இதெல்லாம் மில்க் சாக்லெட் போல. ஏற்பட்ட தவறுகளைத் திருத்துவதற்கான செயல்பாடுகள் அடுத்தாற்போல் நீ என் புத்தக அலமாரியிலேருந்து எடுக்கப் போற நெய்முறுக்கு மாதிரி. இதெல்லாம்தான் இந்தக் கட்டத்துக்கு உள்ளூட்டம் கொடுப்பவை.'

பிரதம சிஷ்யனை முந்திக்கொண்டு புத்தக அலமாரிப் பக்கம் நகர்ந்தாள் சிஷ்யை. அவளைக் கவனித்தபடியே குரு உபதேசத்தை நிறுத்தாமல் முன்னேறினார்.

'ப்ராஜக்டை நிர்வகிக்கும் வழிவகைகள் எல்லாம் இங்கே கருவிகள் அப்பனே. இப்படி நடைபெறும்போது ப்ராஜக்ட் உருவாக்கிச் சேர்ப்பிக்க வேண்டியவை (டெலிவரபிள்) சிறப்பாக வெளிவரும் என்பது பொதுவான நம்பிக்கை. இந்த

அவுட்புட் தவிர, மேலே சொன்ன சீர்திருத்த, தவறு திருத்தல் நடவடிக்கைகளால் ஏற்பட்ட நற்பலன்கள் உங்களைப் போன்ற நல்லோருக்குத் துல்லியமாகக் காணக்கிடைக்கும்.'

இனிமேல் பேசத் தெம்பு துளிக்கூட இல்லை என்பதுபோல் அடுத்த குவளை காப்பிக்காகக் கைநீட்டிய குருவுக்கு முன்னால் அந்த அரேபிய சோமபானம் சமர்ப்பிக்கப்பட்டது. தொடர்ந்து சிஷ்யையின் கணீர் குரல் வந்தது.

'ஆற்றிலே போட்டால் அளக்கிறோமோ என்னமோ, ப்ராஜக்ட் நடக்கும்போது நிறைய அளந்து தகவல் சேகரிக்க வேண்டி யிருக்கும். எந்த அளவு வேலை முன்னேறிக் கொண்டிருக்கிறது, ஒதுக்கப்பட்ட தொகையில் எவ்வளவு செலவானது, எந்த வேலை செய்யும்போது திட்டமிட்டதற்கு மேலேயே உழைப்பும் நிதியும் தேவைப்பட்டது என்று ப்ராஜக்ட் நடப்பாகும்போது சேகரிக்கப்பட்ட புள்ளி விவரங்கள் இந்தக் கட்டத்தின் மிக முக்கியமான வெளியீடுகளாகும். இந்த ப்ராஜக்டுக்கு மட்டு மின்றி இனி நிறைவேற்றப் படப்போகிற சகல ப்ராஜக்டு களுக்கும் இவை ஒப்பற்ற பொக்கிஷமாக படிப்பினையையும் ஒப்பிட்டு நோக்க அளவுகோல்களையும் அளிக்கும்.'

'ஒருங்கிணைக்கும் ப்ராஜக்ட் நிர்வாகம் என்ற பிரிவில் முக்கிய மாகக் கவனிக்கப்பட வேண்டிய ஒன்று உண்டு. மாற்றங்களை நிர்வகிப்பது என்ற change management-தான் அது.' குரு விளம்பர இடைவேளைக்குப் பின் தொடங்கினார்.

'மார்க்ஸூம் ஏங்கல்ஸூம் சொன்னாங்க - மாற்றத்தைத் தவிர உலகில் எதுவுமே நிரந்தரமானதில்லை என்று... மாற்றம்னு வந்தா, ப்ராஜக்ட் மேனேஜ்மெண்டைப் பொருத்த அளவில் அது ஏற்கெனவே திட்டமிடப்பட்ட கால அளவு, வேலை அளவு, செலவிட ஒதுக்கப்பட்ட தொகை இதையெல்லாம் பாதிக்கும் கிறது உண்மைதான். அதே சமயம், அந்த மாற்றங்கள் கூடிய வரையும் ப்ராஜக்ட்டுக்கு நன்மை செய்யறதா அமையும்படித் திறமையாகச் செயல்படுவது ப்ராஜக்ட் மேனேஜரின் முக்கியமான வேலை.'

'அதாவது?' சிஷ்யன் புரியாமல் இழுத்தான்.

குரு முகம் பிரகாசமடைந்தது. அஞ்ஞான இருள் நீக்கும் ஆனந்தம் அவருக்கு. 'சொல்றேன், கேளு. ப்ராஜக்டின் வரம்பை

அதிகரிக்க வேண்டி கோரிக்கை வரலாம். ஏற்கெனவே அங்கீ கரிக்கப்பட்ட தொகைக்குள் அதிக வேலை நடத்தி இந்த மாற்றத்தைச் செயல்படுத்த எதிர்பார்ப்பு எழுவது வாடிக்கை யானது. ஆனால், கூடுதல் வேலைக்காகக் கூடுதல் நிதி, தேவை யான அளவு கூடுதல் நேரம் கிடைத்தால், வாடிக்கை யாளருக்கு மட்டுமில்லாமல் எல்லாத் தரப்புக்கும் திருப்தி ஏற்படும். ப்ராஜக்ட் மேனேஜரின் வாக்கு வன்மை, சாதுரியம், நிர்வாகத் திறமை, துடிப்பாகச் செயல்படுதல் இவற்றின் மூலமே இது சாத்தியமாகும்.'

'இதுக்காக ப்ராஜக்ட் மேனேஜர் என்னவெல்லாம் செய்யணும்?' சிஷ்யன் கேட்பதற்கு முன் குருவே கேள்வி கேட்டு விடையும் சொன்னார். 'ஓடுமீன் ஓட உறுமீன் வருமளவும் வாடியிருக்கும் கொக்கு மாதிரி, மாற்றத்துக்கான சூழ்நிலை உருவாகிக் கொண்டிருப்பதை எல்லோருக்கும் முன் ப்ராஜக்ட் மேனேஜர் அறிந்து கொள்ளணும். அந்த மாற்றம் நிகழாமல் இருக்க என்ன செய்யலாம்னு சிந்திக்கணும். கூடவே, அது நிகழ்ந்தால் தகுந்த ஒப்புதல் வாங்கி நடந்தேற வழிவகை செய்யவேணும். மாற்றம் தொடர்பான செயல்களைக் கண்ணும் கருத்துமாகக் கண்காணிக் கணும். ப்ராஜக்ட் வேலையாக இதுவரை நடந்தது, இனி நடக்க இருப்பதோடு அதெல்லாம் ஒத்துப் போகுதான்னு உறுதி செய்யணும். நிறைவேறி முடிச்சதும் சம்பந்தப்பட்ட வர்களுக்கு அறிவிக்கணும். ஏன் மாற்றம் ஏற்பட்டது, எப்படி அதைச் செய்து முடித்தோம் போன்ற விவரங்களைக் கவனமாகப் பதிந்து மற்றவர்கள் படிப்பினை பெற ஆவணமாக்கி வைக்கணும். இதெல்லாம் செய்தால் சூப்பர் ஹிட் ப்ராஜக்ட் மேனேஜர் நீங்கதான்.'

9

வரம்பு நிர்வாகம்

'ஓட்டப் பந்தயத்தில் விக்ரம் முதலில் வந்தும் பரிசு கிடைக்கவில்லை. இது என்ன அக்கிரமம்?'

குரு சுவரைப் பார்த்து உரக்க முணுமுணுத்துக் கொண்டிருந்தது உள்ளே நுழைந்த சிஷ்யர்களுக்குத் தெளிவாகவே கேட்டது. எங்கே பந்தயம், எந்த விக்ரம், ஏன் பரிசு கிடைக்கவில்லை, அதற்காக குரு ஏன் இப்படிப் பிரலாபிக்கிறார் என்றுதான் விளங்க வில்லை அவர்களுக்கு.

'வரம்பு நிர்வாகம் பற்றி ஆரம்பிக்கலாமா?' அடியெடுத்துக் கொடுத்தான் பிரதம சிஷ்யன். குரு மனசே இல்லாமல் சரி என்றார். ஆனாலும் ஆசனத்தில் உட்கார்ந்ததும் அவருக்கு ஒரு தெளிவு. விக்கிரமாதித்தன் சிம்மாசனம் மாதிரியான அந்த இருக்கை தந்த சுறுசுறுப்பில் சட்டென்று விஷயத்துக்கு வந்தார் அவர்.

'ப்ராஜக்ட் தொடர்பான வேலைகள் நடக்கின்றனவா, இன்னும் அழுத்தமாகச் சொல்லணும்

என்றால் ப்ராஜக்ட் தொடர்பான வேலைகள் மட்டும் நடக்கின் றனவா என்பதை நிச்சயப்படுத்தக் கையாளும் வழிமுறைகளின் தொகுதிதான் ப்ராஜக்ட் வரம்பு நிர்வாகம் என்பது. இதெல்லாம் செய்ய வேண்டியது, இதைச் செய்ய வேண்டியதில்லை என்பதைத் தெளிவாகத் தெரிந்து கொண்டு, குழுவுக்கு வழி காட்டுவது ப்ராஜக்ட் மேனேஜரின் முக்கியமான கடமைகளில் ஒண்ணு.'

கணீரென்று சொல்லி ஒரு எஃபக்டுக்காக ஒரு நிமிடம் இடைவெளி கொடுத்து நிறுத்தினார். கேள்வி எழுந்தால்தான் மேலே போகமுடியும் அவரால். அங்கியில் செல்ஃபோன் கீச்சிட்டது.

'வரம்பு நிர்வாகத்தின் கட்டங்கள் எவையெல்லாம்?' குறுஞ் செய்தி அனுப்பியிருந்தது முன்னால் உட்கார்ந்திருந்த சிஷ்யன் தான். முந்தைய வகுப்பில் கிலோ கணக்கில் ஓசி ஐஸ்கிரீம் சாப்பிட்டதில் சவுண்ட் பாக்ஸ் ரிப்பேராகிப் பேசமுடியாமல் எஸ்.எம்.எஸ் அனுப்பியிருக்கிறான்.

'வரம்பைத் திட்டமிடல் (Scope Planning), வரம்பை அறுதியிடல் (Scope Definition), செய்ய வேண்டிய வேலையைப் பகுதி பகுதியாகப் பிரித்தமைத்தல் (Create Work Breakdown Structure), வரம்புச் சோதனை (Scope Verification), வரம்புக் கட்டுப்பாடு (Scope Control) ஆகியவை இந்தப் பிரிவுக்கான வழிமுறைகள். புரிந்ததா?' குரு சொன்னபடியே சைகையால் விசாரித்தார்.

'வரம்பு ரெண்டு வகைப்படும் என்கிறாங்களே.' இதுவரை அமைதியாக இருந்த அடுத்த சிஷ்யன் கேட்டான்.

'உண்மைதான். உருவாக்கப்படும் பொருளின் வரம்பு (Product Scope) முதலாவது. இது அந்தப் பொருளின் குணாதிசயங்களைக் குறிக்கும். இங்கே பொருள் என்கிறது கம்ப்யூட்டர் மென் பொருள், குடியிருக்க வீடு, புத்தகம், புதுத் திரைப்படம் - இப்படி எதுவாகவும் இருக்கலாம். பொருளை உருவாக்கச் செயல் படுத்தப்படும் ப்ராஜக்டின் வரம்பு (Project Scope) ரெண்டாம் வகை. உருவாக்கி அளிப்பதற்கான பணிகளைக் குறிக்கும் அது'- குரு விளக்கினார்.

'ப்ராஜக்ட் வரம்பு எட்டப்பட்டதா என்பது ப்ராஜக்ட் நிறை வேறப் போட்ட திட்டம் (Project Plan) வெற்றிகரமாக முடிந்ததா

என்பதை வைத்து நிர்ணயிக்கப்படும். ப்ராடக்ட் வரம்பு எட்டப் பட்டதா என்பது உருவான பொருளுக்கான தன்மைகள், அது செய்யவேண்டிய பணி ஆகியவை எதிர்பார்த்தபடி உள்ளனவா என்பதைப் பொருத்து நிர்ணயிக்கப்படும்', சிஷ்யை தொடர் விளக்கம் அளித்தாள்.

'வரம்பைத் திட்டமிடுவது எங்கே, எப்படித் தொடங்கும்?' கேள்வி முடியும்முன் குரு விடையோடு முன்வந்தார். 'ப்ராஜக்ட் அறிக்கை (Project Charter), முதல்நிலை வரம்பு அறிக்கை (Preliminary Project Scope Statement) இதிலெல்லாம் கண்ட தகவல்களைக் கவனமாக அலசி ஆராய்வதில் தொடங்கும் அது. ப்ராஜக்ட்டை வழிநடத்தும் நிறுவனத்தின் அமைப்பு, நிதி நிர்வாகம், ஊழியர்கள் பற்றிய கொள்கைகள் ஆகியவை இதற்குத் துணை செய்யும். பழைய ப்ராஜக்ட்களின் வரம்பு நிர்வாகம் குறித்த ஆவணங்களும் இங்கே பயன்படும் .'

'இந்தத் திட்டமிடலுக்கான கருவிகள்?'

'சந்தேகமென்ன? மூத்தோர் மொழியான 'அனுபவம் பேசுகிறது' தான். பழமும் தின்று கொட்டையும் போட்ட என் போன்ற அனுபவசாலிகள் மேற்கண்ட தகவல்களை வைத்து சுளுவாக இந்த ப்ராஜக்ட்டில் இதெல்லாம் செய்யவேண்டியது என்பதை சந்தேகத்துக்கு இடம் வைக்காமல் பட்டியல் போட்டு விடுவார்கள்' - தாடியைத் தடவியபடி குரு கனிவாகப் பார்த்தார். தொடரச் சொல்லி சிஷ்யைக்குக் கண்காட்டினார் அவர்.

'இந்தப் பட்டியல் சீராகத் தொகுக்கப்படும்போது அது வரம்பு நிர்வாகத் திட்டம் (Project Scope Management Plan) ஆகும். இந்தத் திட்டம் சில 'எப்படி'களைக் கொண்டது. ப்ராஜக்ட்டின் வரம்பு எப்படி விளக்கப்படும்? ப்ராஜக்ட் வேலைகள் எப்படி நுணுக்க மாகப் பிரிக்கப்படும்? ப்ராஜக்ட் மூலம் உருவாகிய பொருட்கள் (deliverables) எதிர்பார்த்தபடி சேர்ப்பிக்கப்பட்டனவா என்பது எப்படி நிச்சயிக்கப்படும்? ப்ராஜக்டின் வரம்பு குறித்த மாற்றங் களுக்கான கோரிக்கைகள் எப்படி அங்கீகரிக்கப்படும்? இதெல் லாம் இந்த எப்படி லிஸ்டில் உண்டு', குறிப்பறிந்த சிஷ்யை விளக்கிச் சொல்லி மேலும் தொடரட்டுமா என்று பார்வையால் கேட்டாள். குரு, ஆகட்டும் என்று தலையை அசைத்தார்.

'ப்ராஜக்டின் வரம்பு நிர்ணயம் (Project Scope Definition) என்பது வரம்பு நிர்வாகத்தின் அடுத்த கட்ட நடவடிக்கை. இந்த வரம்பு

அறிக்கை தயாரிக்கவும் மூத்தோர் சொல்லே முக்கிய மூலப் பொருள். கூடவே இளையோர் மொழி. ப்ராஜக்ட் உறுப்பினர் களின் குழு கூடி விவாதித்து (brainstorming) ஆக்கபூர்வமாக அளிக்கும் கருத்துக்கள் இவை. வித்தியாசமான சிந்தனைகள் இதற்கு மேலும் வளம் சேர்க்கும். லேட்டரல் திங்கிங் (lateral thinking) என்பார்கள் இதனை.' சிஷ்யை முடித்தபோது, குரு திரும்பவும் சிந்தனையில் மூழ்கியிருந்தார்.

'என் நண்பர் டோண்டு தொலைபேசியில் ஒரு புதிர் சொன்னார். வித்தியாசமான லேட்டரல் திங்கிங் கொண்டுதான் அதற்கான பதில் சொல்ல முடியும்!' அவர் பெருமூச்சு விட்டார்.

'ஓட்டப் பந்தயத்தில் விக்ரம் முதலில் வந்தும் பரிசு கிடைக்க வில்லை. ஏன்? இதுதானே கேள்வி?' உள்ளே நுழைந்தபோது காதில் விழுந்த குருவின் உரத்த சிந்தனைகளை சிஷ்யன் நினைவு படுத்தினான்.

'வெரி ஈசி. விக்ரம் என்பது ரேசில் ஓடி முதலில் வந்த குதிரையின் பெயர். முதலில் வந்தாலும் பரிசு குதிரைக்கு இல்லை. அதன் பேரில் பணம் கட்டியவர்களுக்குத்தான்!' சிஷ்யை பளிச்சென்று சொன்னபோது குருவின் முகத்தில் ஆயிரம் வாட்ஸ் பல்ப் போட்ட பிரகாசம். 'உன் புத்திக்கு வரம்பே இல்லையம்மா, வாழ்த்துகள்.' அவர் வாய் சொல்லியபடி இருக்க, கை செல் போனில் டோண்டுவுக்குச் சரியான விடையை எஸ்.எம்.எஸ். அனுப்பிக் கொண்டிருந்தது.

10

வேலைப் பகுப்பு அமைப்பு

'கிளம்பலாமா?', குரு கேட்டபடி குனிந்து காலில் ஷூ நாடாக்களை முடிந்துகொண்டார். பதிலுக்குக் காத்திராமல் குடிலின் வாசலுக்கு வந்தவரைப் பின்தொடர்ந்து சிஷ்யர்களும் சிஷ்யைகளும் வந்தார்கள்.

'இன்றைக்கு ஓடிக் கொண்டேதான் பாடம்', அறிவித்தபடி ஓட ஆரம்பித்தார் அவர். 'பேய்க்கு வாழ்க்கைப்பட்டா, புளியமரத் துலேதான் குடித்தனம்கிறது இதுதானா குருவே?' முதன்மை சிஷ்யன் அவரைச் சீண்டியபடி குருவுக்கு இரண்டு அடி முன்னால் ஓடினான். 'அது உனக்குக் கல்யாணம் ஆகி மூணாவது மாடியிலே உன்னோடு குடித்தனம் நடத்த வரப்போற மகராசி சொல்றது' - சூட்டிகையான சிஷ்யை குருவை முந்திய சீடனை மடக்கிப் பிடித்துப் பின்னால் இழுத்தாள்.

'வேலைப் பகுப்பு அமைப்பு பற்றிச் சொல்லுங்க குருவே. கூடவே ஒரு கோரிக்கை. கொஞ்சம் மெல்ல ஓடுங்க.' ரெட்டை நாடியான இரண்டாம்

சிஷ்யன் மூச்சு வாங்க அடியெடுத்து வைத்தான். வேகத்தைக் குறைத்த குரு குரலைக் கொஞ்சம் உயர்த்தினார்.

‘செய்ய வேண்டிய வேலையைப் பகுதி பகுதியாகப் பிரிச்சு அமைக்கற பட்டியலை வேலைப் பகுப்பு அமைப்புன்னு சொல்லுவாங்க. இங்கிலீஷ்லே ஒர்க் ப்ரேக்டவுண் ஸ்ட்ரக்சர் (Work Breakdown Structure).’ அவிழத் தொடங்கிய ஷூ நாடாவைத் திரும்ப முடிந்துகொள்ள குரு நிற்க, சிஷ்யை உற்சாக மான குரலில் தொடர்ந்தாள்.

‘ப்ராஜக்ட் எதையெல்லாம் உருவாக்கி அளிக்கணுமோ அந்தச் சங்கதிகளின் அடிப்படையில் படிப்படியாக இந்தப் பகுப்பாய்வு நடக்கும். ஒரு புதுக் காரை உருவாக்கற ப்ராஜக்ட் அப்படீன்னு வச்சுக்கோ. அதுக்கான டிசைன் முதல்லே நடக்கணும் இல்லியா? இந்த டிசைன் எப்படி ஆரம்பமாகும்?’

‘ஆமா, நான் என்ன பொழுது விடிஞ்சு பொழுது போனா, கார் உருவாக்கி சோழவரத்துலே அஜீத்தோடு ரேஸ் ஓடிட்டு இருக்கேனா?’ சிஷ்யன் அவள் தலையில் தட்டிவிட்டு முன்னால் ஓடினான்.

‘அவன் கிடக்கான். சைக்கிளையே ஸ்டாண்ட் போட்டு ஓட்டற வன். நான் சொல்றேன்’ - இரண்டாம் சிஷ்யை தோழி யின் உதவிக்கு வந்தாள். ‘காரோட வெவ்வேறு பாகங்களுக்கான வரைபடங்கள் தயாரிக்கறதுலே இந்த டிசைன் ஆரம்பமாகும். அந்த வரைபடங்கள் எதெல்லாம்னு முதலில் தீர்மானிக்க வேணும். தீர்மானமானபிறகு, அதையெல்லாம் எப்படி சின்னச் சின்னப் பகுதியாப் பிரிக்கலாம்னு ஆராயணும்.’

குரு இப்போது ரிலே ரேஸ் போல் பாடத்தைத் தொடர்ந்தார். ‘காரின் முன்னால் உள்ள டேஷ்போர்டுக்கான வரைபடத்தை எடுத்துக்கலாம். அந்த டேஷ்போர்டில் இருக்கும் ஸ்பீடோ மீட்டர், பெட்ரோல் அளவைக் காட்டும் ஃப்யூயல் காஜ், இப்படி டேஷ்போர்ட் வரைபடத்திலே எதெல்லாம் அடங்கும்னு கணக் கிடணும். ஒவ்வொரு சிறிய வரைபடத்தை உருவாக்குறதும் ஒரு தனி வேலை. அந்த வரைபடத்தின்படி அந்த ஸ்பீடோ மீட்டரையோ பெட்ரோல் அளவுக் கருவியையோ உற்பத்தி செய்யறது எல்லாம் தனித்தனி வேலையாகக் கணக்கிடப்படும். காருக்கு அஞ்சு சக்கரம்னு வச்சுக்கிட்டா ஒவ்வொரு

சக்கரத்தையும் உருவாக்கும் பணி... இப்படித் தனித்தனியாகக் கணக்கில் எடுத்துக் கொள்ளப்படும்.'

'அது ஏன் காருக்கு அஞ்சு சக்கரம்?' சிஷ்யன் உரக்கக் கேட்டபடி நடுரோட்டில் நின்று யோசிக்க ஆரம்பித்தான்.

'ஸ்டெப்னியையும் சேர்த்துக்கோப்பா', கிரீச் என்று பிரேக் போட்ட ஆட்டோக்காரர் பதில் சொல்லி அடுத்த தெருவில் வண்டியை வளைத்துத் திருப்பி மின்னலாக மறைந்தார்.

குரு புன்னகைத்தபடி ஓட, அவர் குரலும் தளர்வில்லாமல் ஒலித்தது. 'செய்யவேண்டிய மொத்தப் பணியையும் இப்படிச் சின்னச் சின்னத் துண்டுகளாக உடைச்சுக் கணக்கிட்டு அமைக்கறதுதான் வேலைப் பகுப்புப் பட்டியல். பட்டியலின் ஒவ்வொரு பகுதிக்கும் என்ன உற்பத்திச் செலவு, அந்த உற்பத்திக்கு எத்தனை நாள் பிடிக்கும், எத்தனை பேர் வேலை செய்யவேண்டியிருக்கும், அவங்களுக்கு என்ன என்ன மாதிரித் தொழில்நுட்பம் தெரிந்திருக்க வேணும் - இப்படி மிகச் சரியாகத் திட்டமிட, கண்காணிக்க இந்த வேலைப் பகுப்புப் பட்டியல் ரொம்ப உதவியாக இருக்கும்.'

'இந்தப் பட்டியல்லே இருக்கப்பட்ட துண்டு துணுக்குக் கெல்லாம் ப்ராஜக்ட் மேனேஜ்மெண்ட் பரிபாஷையிலே பெயர் ஏதும் உண்டா?' இன்னொரு சிஷ்யன் கேட்டான்.

'ஏன் இல்லாமல்?' குரு கீழே விழுந்த தொப்பியை எடுத்துத் தலையில் வைத்தபடி வியர்க்க விறுவிறுக்கச் சொன்னார். 'பட்டியலின் ஒவ்வொரு சிறிய துண்டும் ஒரு வேலைப் பொட்டலம் (Work Package) அப்படீன்னு அழைக்கப்படும். ஓர்க் பேக்கேஜ்.'

அவர் பூங்காவுக்குள் நுழைந்து மூச்சு வாங்க ஒரு பெஞ்சில் உட்கார்ந்தார். நெருக்கி அடித்தபடி மற்றவர்களும் அமர்ந்தார்கள். 'ஓர்க் பேக்கேஜ்களின் மொத்தத் தொகுதி ஓர்க் ப்ரேக்டவுண் ஸ்ட்ரக்சர்னு புரியுது. இதை உருவாக்க என்ன எல்லாம் அவசியம்?' புல்வெளியில் ஆற அமரப் படுத்தபடிக்கு ஒரு சிஷ்யன் கேட்டான்.

'ப்ராஜக்ட் வரம்பு அறிக்கை, வரம்பு நிர்வாகத் திட்டம், மாற்றங்களுக்கான கோரிக்கைகள் போன்றவை இந்த வேலைப் பகுப்பு

அமைப்பை உருவாக்க மூலப் பொருளாகும். ஏற்கெனவே நடந்து முடிந்த ப்ராஜக்டின் வரம்புப் பகுப்பு அமைப்பு இருந்தால் அதையே அடிப்படையாக வைத்து புது ப்ராஜக்டின் ஒர்க் ப்ரேக்டவுண் ஸ்ட்ரக்சரை உருவாக்கிக் கொள்ளலாம். இல்லாவிட்டால், பிரித்துப் பிரித்துப் பகுக்கும் வேலையை (Decomposition) புதிதாகச் செய்யணும்.' குரு அன்போடு விளக்கினார்.

'அப்புறம் இன்னொரு விஷயம். வேலைப் பகுப்பு அமைப்போடு, வேலைப் பகுப்பு அகராதியையும் (WBS Dictionary) வெற்றியை லட்சியமாகக் கொண்ட ப்ராஜக்ட் மேனேஜர்கள் உருவாக்குவார்கள். மேலே சொல்லும்மா...' குரு எழுந்து நின்றார்.

'என்ன சொல்ல குருவே? இந்த அகராதியிலே என்ன எல்லாம் இருக்கும்னுதானே? கேளுங்கப்பா. ஒவ்வொரு வேலைப் பொட்டலத்துக்குமான எல்லாத் தகவலும் வேலைப் பகுப்பு அகராதியிலே பதியப்படும். உதாரணம் சொல்லணும்னா, வேலைப் பொட்டலத்துக்கான செலவுக் கணக்கை எங்கே பற்று எழுதுவது, இந்த வேலைப் பொட்டலம் உருவாக்கும் பகுதியின் தரத்தை எப்படி நிர்ணயம் செய்வது, உருவாக்கும் பணி எப்போது தொடங்கி எப்போது முடியும், நடக்கிற வேலையை எப்படி அளப்பது, வேலை தொடங்கியபிறகு ஏதாவது மாறுதலுக்கான கோரிக்கை வந்ததா, அதன் பாதிப்பு என்ன மாதிரியானது என்று பலபட்டடையான தகவல் சேகரிப்பு இந்த வேலைப் பகுப்பு அகராதி.'

'நீயே ஒரு நடமாடும் அகராதியம்மா', சிஷ்யன் குருவின் குரலில் சொல்லிவிட்டுக் குருவின் தாடியைச் செல்லமாகப் பிடித்து இழுத்தான். அவனை அடிக்கக் கை ஓங்கிக்கொண்டு குரு இரண்டு எட்டு வைப்பதற்குள் சிஷ்யன் போன இடம் தெரியவில்லை.

11

வரம்பு சோதனை

‘குருவே ஒரு விண்ணப்பம்...’ சிஷ்யன் குரு காதில் கிசுகிசுத் தான். ‘என்ன நாயர் ஓட்டலில் இடியாப்ப மும் தேங்காய்ப்பாலும் வாங்கித் தரணுமா?’ குரு விசாரித்தார். அவர் வயிற்றில் இடியாப் பத்துக்கான பசி மின்னலடித்தது.

‘அதுவும் வேணும்தான். அதைவிட முக்கியம் லாண்டரிக் கடை அடைக்கிறதுக்குள்ள போய் சலவைக்குப் போட்ட துணியை எல்லாம் டெலிவரி எடுக்கணும். இல்லாட்டா நாளைக்கு உங்க உடுப்பை உருவித்தான் அங்கே இங்கே சுருட்டிப் போட்டுக் கிட்டு ஆபீசுக்குப் போயாகணும். அதனாலேதான் சொல்றேன், பாடத்தை சீக்கிரம் முடிச்சு ஏறக்கட்டுங்க.’

இடுப்பில் பேண்டை இறுக்கிக்கொண்டு, ‘இதோ முடிச்சாச்சு’ என்று அவசரமாக ஆரம்பித்தார் குரு. சொன்னபடி கேட்கா விட்டால், குருவுக்கு மிஞ்சிய சிஷ்யன் குருவுக்கு எதுவும் மிஞ்சாமல் சுருட்டிக் கொண்டு போய்விடுவான்.

'உருவாக்கி அளிக்கற பொருளோ, பொருளின் பகுதியோ ஏற்கெனவே தீர்மானித்த வரம்புக்கு ஏற்றபடி இருக்குதா, ஒப்பந்தப்படி டெலிவரி செய்யப்பட்டதா அப்படீங்கறதை வாடிக்கையாளர் சரிபார்த்து டெலிவரி எடுத்துக்கொள்றதுதான் வரம்பு சோதனை (Scope Verification) என்ற சமாசாரம். பொருளின் தரம் எதிர்பார்த்தபடி இருக்குதான்னு கண்டுபிடிக்கச் செய்யும் தரப் பரிசோதனை (Quality Testing) இதிலே அடங்காது.' குரு சொன்னபோது மற்ற சிஷ்யர்கள் ஒரே குரலில் 'உதாரணம்!' என்று உச்சாடனம் செய்தார்கள்.

'அட, இது புரியலியாப்பா. சலவைக்குப் போட்ட நாலு ஜீன்ஸ், எட்டு டீ ஷர்ட் திரும்பி வந்திருக்குதான்னு செக் பண்ணி டெலிவரி எடுக்கிறதுபோலத்தான் இது. டீ ஷர்ட்டிலே கிழிசல் இருக்கிறதா என்று சோதிக்கறதெல்லாம் இதில் சேர்த்தி இல்லை.' உதாரணத்தை முன்வைத்தது முதல் சிஷ்யன்தான். அவன் மனம் முழுக்க சலவைக் கடையிலேயே என்று குரு வுக்குப் புரிந்தது. வருடம் ஒருதடவை துணி வெளுக்கப் போடுகிறவனாச்சே.

'வெள்ளாவி வச்ச வேட்டி மாதிரி பளிச்சுனு சொன்னே தம்பி. அப்புறம் இதையும் சேர்த்துக்கோ. ஏதாவது காரணத்தால் ப்ராஜக்ட் முழுக்க நிறைவேறாம, அல்பாயுசிலே உசிரை விட்டாலும் வரம்பு சோதனை நடத்தப்பட்டே ஆகணும். எந்த அளவுக்கு வேலை முடிஞ்சிருக்கு அப்படீங்கறது, பின்னாடி எடுக்கப்படும் முடிவுகளுக்குத் துணைசெய்யற முக்கியமான தகவலாகும். வரம்பு சோதனை மூலம்தான் அந்தத் தகவல் தெரியவரும்.'

'சேர்த்துக்கறதுக்கு இன்னும் சரக்கு உண்டு குருவே...' முதல் சிஷ்யன் கடிகாரத்தைப் பார்த்தபடி அவசரமாகப் பேசினான். 'வரம்பு அறிக்கையான ப்ராஜக்ட் ஸ்டேட்மெண்ட், வேலைப் பகுப்பு அகராதி, வரம்பு நிர்வாகத் திட்டம் இதெல்லாம் வரம்பு சோதனை செய்யப் பிரயோஜனப்படும்.'

'டபுள் ஓகே.' குரு தலையை ஆட்டினார். 'வரம்பு சோதனை முடிஞ்சதும் ப்ராஜக்ட் உருவாக்கி அளித்த பொருள்கள் முதல் கட்டமாக ஏற்றுக்கொள்ளப்பட்டு தரக்கட்டுப்பாட்டுச் சோதனைகளுக்கு அனுப்பப்படும். அவை நிராகரிக்கப்படுறதும் உண்டு. வரம்பு சோதனை முடிவு திருப்தியா அமையலியா?

ப்ராஜக்ட்டையே மேலே தொடர விடாமல் முற்றும் போட வைக்கவும் வாடிக்கையாளருக்கு அதிகாரம் உண்டப்பா, உண்டு.'

'கிளம்பட்டுமா? லாண்டரி அழைக்குது' சிஷ்யன் எழுந்தான். 'பாடத்தை முடிக்காமல் கிளம்பினா, அடுத்த பிறவி முழுக்க முழுக்க இலைதழையைத்தான் இடுப்பிலே கட்டிக்கிட்டு அலையப்போறே.' குரல் விட்டுக்கொண்டே வந்தது சிஷ்யை தான்.

'வரம்பு நிர்வாகத்தின் இன்னொரு கட்டம் இருக்கே. மறந்தாச்சா?', குருவைப் பார்த்துக் கேட்டாள் அவள். 'எப்படியம்மா மறப்பேன்? ஆனால், இவனைக் கட்டாயமா உட்கார வைச்சா, நான் நாளைக்கு இங்கே நாலு பேர் நடுவிலே உட்கார முடியாத காலகட்டம் ஆயிடுமே.' குரு சொன்னது அவளுக்குப் புரியவில்லை. ஆனாலும் பாடத்தைத் தொடர்ந்தாள்.

'வரம்பு மாற்றக் கட்டுப்பாடான ஸ்கோப் கண்ட்ரோல்தான் நான் சொல்ல வந்தது. ப்ராஜக்ட் நடக்கறபோது அதோட வரம்பு, காலம், திட்டமிட்ட செலவுத் தொகை என்று பல இனங்களிலும் மாற்றங்களைச் செய்யச் சொல்லிக் கோரிக்கை எழலாம். இப்படி விடுக்கப்படும் கோரிக்கைகள் எல்லாத்தையும் அப்படியே ஆகட்டும்னு தலையாட்டி, வாங்கிப் போட்டால், ப்ராஜக்ட் நடந்து முடிஞ்ச மாதிரித்தான். எல்லாத்துக்கும் எல்லாருக்கும் ஆமா போடுறது ப்ராஜக்ட் மேனேஜர் வேலை இல்லை. மாற்றத்துக்கான கோரிக்கை ப்ராஜக்ட் நிறைவேறுவதைக் கடுமையாகப் பாதிக்கும்னு தெரிந்தால், வாடிக்கையாளர்கிட்ட அதை விளக்கிச் சொல்லி, கோரிக்கையைக் கைவிட வைப்பது கூட மேனேஜரின் திறமைக்கு சவால்தான்.' சிஷ்யை கணீரென்று சொன்னாள்.

'அதேதான் குழந்தே. அவசியமானதுன்னு ஏற்றுக் கொள்ளப் பட்ட கோரிக்கைகளை முறையாக எடுத்து ப்ராஜக்ட் வேலையில் புகுத்தறது ப்ராஜக்ட் மேனேஜர்தான். அதனால் ஏற்படக் கூடிய செலவு, காலம், தரம் தொடர்பான பாதிப்புகளைக் கண்காணித்து ப்ராஜக்ட் வெற்றிநடை போட்டு எதிர்பார்த்தபடி முடிய வழி செய்யறது ப்ராஜக்ட் மேனேஜரின் திறமைக்கு இன்னொரு பக்கம்.' குரு தொடர்ந்தார்.

'இதெல்லாம் செய்யலேன்னா?' சிஷ்யகோடிகள் நியாயமான சந்தேகத்தைக் கிளப்பினார்கள். 'வரவு எட்டணா செலவு பத்தணா கடைசியில் துந்தனா.' குரு தம்புரா மீட்டுவதுபோல் விரலை மடக்கி அந்தக்கால டி.எஸ். பாலையா குரலில் பாடிக் காட்டினார். 'முறையாக நிர்வகிக்கப்படாமல் ப்ராஜக்ட் வரம்பில் மாற்றத்துக்குமேல் மாற்றம் செய்தால் அது வரம்பு மீறல் (Scope Creep) ஆயிடும். வரம்பு மீறின ப்ராஜக்ட் ஜெயிச்சதா சரித்திரமே கிடையாது அப்பனே.' குரு எழுந்தார். தாடியைச் சொறிந்தபடி மிச்ச அறிவையும் வழங்கினார்.

'வரம்பு மாற்றத்துக்கான கோரிக்கைகளை ஆலோசித்து ஏற்க வேண்டியதை ஏற்று மற்றதைத் தள்ள மாற்றக் கட்டுப்பாட்டு அமைப்பு ஒன்றை (Change Control System) உருவாக்கிக் கொள்றது ரொம்பவே நல்லது. கோரிக்கையை எப்படிப் பரிசீலிக்கணும், அது தொடர்பான பாதிப்புகளை எப்படி அளவிடணும், யார் யார் சேர்ந்து கோரிக்கையை ஏற்கலாமா வேணாமான்னு தீர்மானிப்பாங்க, அப்படீன்னு எல்லாம் முன்கூட்டியே தீர்மானித்து அமைத்துக் கொள்ளப்படறது இது.'

அவர் ஸ்லோ மோஷனில் நடந்து குடிலுக்குள் மறையும்போது சிஷ்யை குரல் காற்றில் மிதந்து வந்தது. 'ஏற்றுக்கொள்ளப்பட்ட வரம்பு மாற்றங்களால் வரம்பு அறிக்கை, வேலைப் பகுப்பு அமைப்பு, வேலைப் பகுப்பு அகராதி, ப்ராஜக்ட் நிர்வாகத் திட்டம் முதலியவை திருத்தி எழுதப்படலாம். ப்ராஜக்ட் மேனேஜர் மறக்க முடியாத விஷயங்கள் இவையெல்லாம்.'

வரிசையாக மோட்டார் சைக்கிள்கள் கிளம்பும் ஒலி. டிஜிட்டல் குடில் அமைதியில் மூழ்கியது.

12

கால நிர்வாகம்

'நல்ல காலமோ வேறே ஏதோ பிறக்குது. கால நிர்வாகம் பற்றிப் பாடம் நடத்தப் பெரிசு வந்துட்டே இருக்குது.' பிரதம சிஷ்யன் அறிவித்து முடிக்கக் காத்திருந்தமாதிரி கையில் காப்பிக் கோப்பையோடு குரு பிரவேசித்தார். 'நீ எனக்கு சிஷ்யனாக வந்த நாளில் இருந்து ஏழரை எட்டரை எல்லாச் சனியும் பிடிச்சாச்சு. இனி நாள் என்செய்யும், கோள் என்செய்யும்?' சிம்பனி ஆர்கெஸ்ட்ரா இல்லாமல் தேவாரம் பாட முயன்ற குருவின் வாயை அவசர மாகப் பொத்தினான் சிஷ்யன். 'நீங்க பாடறதை விடப் பேசறதே மேல்.'

'சரி, சப்ஜெக்டுக்கு வரலாம். இன்றைக்குப் பாடம் இந்தச் சிறுவன் சொன்ன கால நிர்வாகம்' - குரு தெம்பாக ஆரம்பித்தார். 'ப்ராஜக்டைக் குறித்த காலத்தில் முடிக்க எடுக்கப்படவேண்டிய வழி முறைகளின் தொகுதி ப்ராஜக்ட் கால நிர்வாகம் என்ற Project Time Management. புரியுதா? மேலே போகட்டுமா?'

'முதலில் இந்த வழிமுறைகளைப் பட்டியல் போடுங்க!' பின்வரிசையிலிருந்து குரல் எழுந்தது. 'போட்டாப் போச்சு. இந்தா பிடி. ப்ராஜக்ட் நிறைவேற்றும் செயல்கள் இதெல்லாம் அப்படீன்னு தீர்மானிக்கற Activity Definition, செயல்களை வரிசைப் படுத்துகிறதான Activity Sequencing, அதைச் செய்யப் போறது யார் யார், வேறே எது, எவ்வளவு தேவைப்படும்னு கணக்குப்போடற Activity Resource Estimating, ஒவ்வொரு செயலும் நடந்து முடிய எவ்வளவு காலம் எடுக்கும்னு கணக்கிடும் Activity Duration Estimating, செயல் நடப்பு அட்டவணை உருவாக்கறதான Schedule Development, கடைசி கடைசியாக, கண்காணித்தல், அதாம்பா Schedule Control- இவையெல்லாம்தான் வழிமுறைகள்.' சூடாக என்னெல்லாம் டிபன் இருக்கு என்று பட்டியல் அடுக்கிய உடுப்பி ஓட்டல் சர்வரின் திருப்தி அவர் முகத்தில் தெரிந்தது.

'ப்ராஜக்ட் வரம்பு நிர்வாகம் பற்றிப் பாடம் சொன்னது நினைவு இருக்குதா?' அவர் கேட்டபோது படு சீரியசாக எல்லோரும் இல்லை என்றார்கள். குரு இதை எதிர்பார்த்தவர் போல் முன்னால் வைத்திருந்த டேப் ரெகார்டரைச் சுழல விட்டார். பழைய பாடத் துணுக்கு பிசிறில்லாமல் அதிலிருந்து ஒலித்தது. 'செய்ய வேண்டிய வேலையைப் பகுதி பகுதியாகப் பிரிச்சு அமைக்கற பட்டியலை வேலைப் பகுப்பு அமைப்புன்னு சொல்வாங்க. இங்கிலீஷ்லே ஒர்க் ப்ரேக்டவுண் ஸ்ட்ரக்சர் (Work Breakdown Structure). அந்த வேலைப் பகுப்பு அமைப்பில் இடம்பெறும் ஒவ்வொரு பணியும் ஒரு வேலைப் பொட்டலம்.' டேப் ரெகார்டரை நிறுத்திய குரு புன்முறுவலோடு தொடர்ந்தார். 'அந்தப் பொட்டலத்தை இன்னும் நுட்பமாக, சிறிய சிறிய செயல்களாகப் பிரித்து அமைப்பதே முதல் வழிமுறையான ஆக்டிவிடி டெஃப்னிஷன் ஆகும்.'

'கொஞ்சம் ரெஸ்ட் எடுத்துக்குங்க' என்று உதவிக்குரல் வந்த திசையில் பிரதம சிஷ்யன்தான். 'வரம்பு அறிக்கை, வேலைப் பகுப்புத் திட்டம், ப்ராஜக்ட் நிர்வாகத் திட்டம், ப்ராஜக்ட் காரியங்களைச் சரிவரச் செஞ்சு முடிக்க நிறுவனம் கடைப்பிடிக்கற செயல்முறைகள் இப்படிப் பலதும் ஆக்டிவிடி டெஃப்னிஷனுக்கு மூலப் பொருளாகும். பெரிய வேலையை சின்னச் சின்னச் செயல்களாக உடைச்சுத் தொகுக்கற பகுப்பாய்வு (Decomposition), நடந்து முடிந்த ப்ராஜக்ட்களின் செயல் தொகுப்பு அட்டவணை

வடிவம் (Templates), மூத்தோர் அனுபவ அறிவு போன்றவை கருவிகள்.'

'அப்புறம் இன்னொரு விசேஷமும் இங்கே உண்டு', குரு மெல்லச் சிரித்தபடி சொன்னார். 'ரோலிங் வேவ் பிளானிங்னு கேள்விப்பட்டிருக்கீங்களா?' வஞ்சனை இல்லாமல் வளர்ந் திருந்த இரண்டாம் வரிசை சிஷ்யன், 'அது ஏமி சமாச்சாரம்? அங்கப் பிரதட்சிணமாக உருண்டுக்கிட்டே திட்டம் போடறதா?' என்று குறுக்கே புகுந்தான். 'கோயம்பேடு மார்க்கெட்டுலே உருளைக் கிழங்கு மூட்டையை உருட்டிவிட்ட மாதிரி நீ உருண்டு புரண்டு ப்ராஜக்ட் மேனேஜ்மெண்ட் ஞானம் அடைய வேணாம். அருள் வாக்கைத் தொடர்ந்து கேள், போதும்' என்ற குரு மேலே சொல்லத் தொடங்கினார்.

'அடுத்து உடனே முடிக்க வேண்டிய வேலைகளை நுட்ப மாக வும், அப்புறமாக நிறைவேற்ற வேண்டியதை இப்போதைக்கு மொத்தமாகவும் திட்டமிடும் தொழில்நுட்பம்தான் சுழல் அலைத் திட்டமுறையான ரோலிங் வேவ் ப்ளானிங்.'

'செயல் தீர்மானம் என்ற வழிமுறையின் விளைவாகச் செயல் பட்டியலான ஆக்டிவிடி லிஸ்ட் (Activity List) உருவாகும்.' சிஷ்யைதான். கொஞ்சம் லேட்டாக வந்தாலும் லேட்டஸ்டாக விஷயத்துக்கு வந்துவிட்டாள்.

'ப்ராஜக்ட் வரம்புக்கு மீறிய எந்தச் செயலும் இந்தப் பட்டியலில் இருக்காது. மிக விளக்கமான இந்தப் பட்டியல் மூலம் ப்ராஜக்ட் குழு உறுப்பினர்களுக்கு ப்ராஜக்ட் முடிக்கச் செய்யவேண்டிய வேலை பற்றிச் சந்தேகத்துக்கே இடமில்லாத தெளிவு கிடைக்கும். பட்டியலில் இருக்கும் ஒவ்வொரு செயலுக்கும் அடையாளக் குறியீடு, அந்தச் செயலுக்கு முன்னாலே முடிக்கவேண்டிய செயல் எது, அது நடந்தபிறகு தொடங்க வேண்டிய செயல் எது, மற்றச் செயல்களோடு இதற்கு இருக்கும் தொடர்பு, செயலைத் தொடங்கும் முன் அல்லது முடித்த பிறகு கால இடைவெளி ஏதாவது வேணுமா, செயலைச் செய்ய என்ன மாதிரியான திறமை தேவை, மற்றத் தேவைகள் என்னென்ன என்பவையும் நுணுக்கமாக ஆராய்ந்து தொகுக்கப்படும். இவை செயல் குணாதிசயங்கள், அதாவது ஆக்டிவிடி ஆட்ரிப்யூட் (Activity attribute). ப்ராஜக்ட் நடக்கும்போது கடக்கவேண்டிய எல்லைக் கற்கள் (Milestones) எவை என்ற பட்டியலும் இப்போது உருவாக்கப்படும்.'

‘வாழ்க, வளர்க. ப்ராஜக்ட் கால நிர்வாகத்தின் அடுத்த வழி முறைக்குப் போகலாமா?’ குரு வினவினார். ‘செயல்களை வரிசைப்படுத்தறதுதானே’, சிஷ்யன் கேட்டான். ‘ஆமாம் அப்பனே. எது முன்னால் வரும், அதற்குப் பின்னால் வரவேண்டியது எதுன்னு வரிசைப் படுத்துறதுதான் அது. கொஞ்சம் சார்பு பற்றிச் சொல்லம்மா.’

‘ஓகே குருஜி. செயல்கள் ஒண்ணை ஒண்ணு சார்ந்து இருக்கலாம் (Dependency). இந்தச் சார்பு மூணு விதமாக அமையும். கட்டாயச் சார்பு (Mandatory Dependency), முடிவு செய்யப்படும் சார்பு (Discretionary Dependency), வெளிச் சார்பு (External Dependency) இப்படி மூணு. விளக்கத்தை நீங்க சொல்றீங்களா, நானே தொடரட்டா?’

‘நான் தொடர்ந்தால் வேண்டாம்னு சொல்வாரா என்ன?’ பிரதம சிஷ்யன் உற்சாகமாக மேலே சொல்லத் தொடங்கினான். ‘வீடு கட்ட வேணும்னா முதல்லே அஸ்திவாரம் போடணும். அடுத்து கீழ்த் தளத்துக்கான சுற்றுச் சுவர்களை எழுப்பணும். அடுத்து முதல் மாடிக்கான சுவர்கள். அப்புறம் கீழ்த்தளத்திலும், மாடியிலும் உள் அறைகள். அடுத்து கதவுகள். ஜன்னல்கள். முதல் மாடிச் சுவரை எழுப்பிவிட்டு அஸ்திவாரம் போடறேன்னு அடம்பிடிக்க முடியாது. ஆக, மற்ற கட்டட வேலையெல்லாம் அஸ்திவாரம் அமைக்கற செயலைக் கட்டாயமாகச் சார்ந்துதான் இருக்கும்.’

‘நானும் கொஞ்சம் பாடம் நடத்தறேன் குழந்தைகளே’, குரு உள்ளே புகுந்தார். ‘கட்டடத்துக்கான தண்ணீர்க்குழாய் அமைக்கறபோதே எலக்டிரிக் ஒயரிங் வேலையைச் செய்யலாமா இல்லே, இது முடிந்து அதை வச்சுக்கலாமான்னு தீர்மானிப்பது அனுபவ அடிப்படையில் முடிவு செய்யற சார்பு. ஆக்ராவிலிருந்து வந்த சலவைக்கல்லைத்தான் பாத்ரூமில் பதிக்க வேணும்னு வீட்டுச் சொந்தக்காரர் சொன்னால், ரயிலிலோ லாரியிலோ ஆக்ராவிலிருந்து சலவைக்கல் வந்து சேரும்வரை பாத்ரூம் வேலை பூர்த்தியாகாது. இது வெளிச்சார்பு.’

13

முற்படுத்தும் வரைபடமுறை

‘குருவைக் காணோம்.’ டிஜிட்டல் குடிலுக்குள் நுழைந்து தேடி விட்டு வந்த பிரதம சிஷ்யன் பரபரப்பாக அறிவித்தான்.

‘நம்ம டார்ச்சர் தாங்காம இமயமலைக்குப் போயிருப்பார், பாவம்’ என்று பச்சை சூடிதார் தரித்த சிஷ்யை சொல்ல, ‘ஓசி நொறுக்குத் தீனியும் அப்பப்ப கொஞ்சம் ப்ராஜக்ட் மேனேஜ் மெண்ட் பாடமும் இனிமே அம்போதானா’ என்று நிஜமாகவே ஆதங்கப்பட்டான் பசிக்க ஆரம்பித்திருந்த இன்னொரு மாணவன். குடிலுக்குள் டெலிபோன் மணி அடிக்கும் சத்தம். உள்ளே ஓடிய பிரதம சிஷ்யன் சற்று நேரத்தில் திரும்பி வந்தான்.

‘பெரிசுதான். குடிலுக்குள்ளே வீடியோ கான்பரன்ஸ் அறையிலே உட்காரச் சொல்றார். பாடம் ஆரம்பிக்கப் போறார். வெளி நாட்டுலே இருக்காராம்.’

எல்லோரும் உள்ளே நுழைந்து உட்கார்ந்ததும் வீடியோ வெள்ளித்திரை உயிர்பெற, ஓவர்கோட்,

மஃப்ளர், தலையில் பனிக்குல்லாய், மேலே எல்லாம் விபூதி அபிஷேகம் ஆனது போல் வெண்பனியோடு திரையில் தோன்றிய குரு, சிஷ்யர்களை ஆசிர்வாதம் செய்தார். 'அவசரமாக் கிளம்பி ஸ்காட்லாந்து போக வேண்டிய சூழ்நிலை. அங்கேயிருந்துதான் மீதிப்பாடம்.' அவர் குரல் வழக்கமான உற்சாகமும் கொஞ்சம் இருமலுமாக ஒலித்தது.

'பனிக் கரடி போல இருக்கீங்க பாஸ்.' சிஷ்யன் குரல் விட்டதைப் புன்சிரிப்போடு ஏற்றபடி சட்டுப்புட்டென்று விஷயத்துக்கு வந்துவிட்டார். 'செயல்களை வரிசைப்படுத்தற Activity Sequencing பற்றிச் சொன்னேன் இல்லியா? அதுக்கு ஏற்கெனவே நாம் பார்த்த சார்புகள் முக்கியமான உள்ளீடு (input). தவிர, ப்ராஜக்ட் வரம்பு அறிக்கை (Project Scope Statement), செயல் பட்டியல் (Activity List), செயல் குணாதிசயங்கள் (Activity Attributes), ப்ராஜக்ட் கடக்கும் எல்லைக் கற்கள் (Project Milestones) மற்றும் ப்ராஜக்ட் உருவாக்கி அளிக்க வேண்டிய பொருள் அல்லது சேவையில் மாற்றம் வேண்டி எழும் கோரிக்கைகள் (Change Requests) - இவையும் கூட இங்கே மற்ற உள்ளீடுகள்.'

'ஒரு செகண்ட் நிறுத்துங்க குருவே. உங்க கணக்கிலே உடுப்பி ஓட்டல்லே காப்பி வரவழைக்க போன் அடிச்சுடறேன்.' சிஷ்யன் டிஜிட்டல் குடிலில் இருந்த ஆகாரம் எல்லாவற்றையும் கொட்டிக் கவிழ்த்து திருப்தியாகச் சாப்பிடுவதை அந்தப் பக்கம் திரையில் குரு பார்த்துப் பெருமூச்சு விட்டார். 'நல்லா கொட்டிக்கோ. பாடத்தையும் கேளு நடுநடுவே.' கமெண்ட்டோடு கமண்டலத்திலிருந்து குரு எடுத்துப் பருகியது 'பெரிய காப்பி' என்று சிஷ்யன் மற்றவர்களிடம் கிசுகிசுத்தான்.

வீடியோ கான்பரன்ஸ் திரையில் ஒரு கரும்பலகை தட்டுப்பட்டது. அதில் சாக்குக் கட்டியால் பரபரவென்று படம் வரைந்தார் குருநாதர். சற்றே திரும்பி, மூக்கடைப்பு மருந்து விளம்பரத்தில் மாத்திரை விழுங்கிய அடுத்த விநாடி பூரண குணம் பெற்றவன் போல் பளிச்சென்று சிரித்தார். படத்தைச் சுட்டிக் காட்டியபடி, 'செயல்களை வரிசைப்படுத்த வரைபடங்களைப் பயன்படுத்தறது வாடிக்கை. இதிலே பரவலாகப் பயன்படுத்தறது முற்படுத்தும் வரைபட முறை என்ற Precedence Diagramming Method. இந்தப் படத்தைப் பாருங்க.'

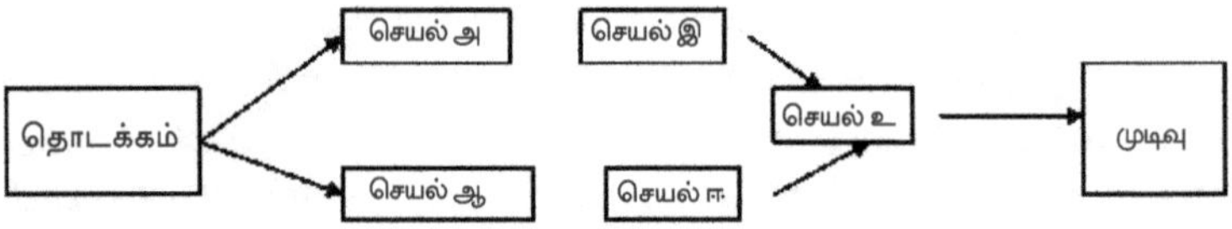

'கில்லாடி குருவே நீங்க. ஸ்காட்லாந்துலே உக்காந்துக்கிட்டு பிலிம் காட்டுறீங்களா!' இரண்டாம் சிஷ்யன் சீண்ட, 'ஏண்டா சொல்லமாட்டே. உறைபனியிலே நடுங்கிட்டு உக்கார்ந்து பாடம் நடத்தறேன். சிவன் கட்டளையை இந்த சீவன் தட்ட முடியுமா?' என்றார் குரு. 'சுதியோட பேசறாப்பல தெரியுது. பெரிய காப்பி பெரிய காப்பிதான்' என்று முணுமுணுத்தான் சிஷ்யன்.

இன்னொரு தடவை டிஜிட்டல் குவளையை வாய்க்கு அருகே உயர்த்திய குரு தெம்பாகத் தொடர்ந்தார். 'இந்த முற்படுத்தும் வரைபட முறையில் செயல்கள் சின்னச் சின்னச் செவ்வகங்களாகக் காட்டப்படும். எந்தச் செயல் முதல்லே வரும், அடுத்து எது என்பதையெல்லாம் அம்பு அம்பா வரைஞ்சு காண்பிக்கணும்.'

படம் பார்த்துக் கதை சொல்லும் அவர் கைவிரல்கள் கரும் பலகைப் படத்தைச் சுட்டிக் காட்டின. 'உதாரணமாக, மேலே இருக்கற முற்படுத்தும் வரைபடத்தில் தொடக்கம் அப்படீங்கற டப்பா, ப்ராஜக்ட் தொடங்கும் செயல். முடிவு என்கிறது அது க்ளோஸ் ஆகிறதைக் குறிக்கும். தொடக்கத்துக்கு அப்புறம் செயல் 'அ', செயல் 'ஆ' என்ற ரெண்டு செயல்களும் ஒரே நேரத்தில் ஆரம்பமாகிறதைக் கவனியுங்க. சரி, அப்புறம் என்ன நடக்குது? செயல் 'அ' செஞ்சு முடிச்ச பின்னாடி, செயல் 'இ' ஆரம்பமாறது. செயல் 'ஆ' செய்து முடிச்ச அப்புறம், அடுத்துச் செய்யப்படறது செயல் 'ஈ'.'

அவர் தன் குவளையைக் கூர்ந்து நோக்க, எங்கிருந்தோ வந்த வனப்பான ஒரு வெள்ளைக்கார மாது அதை நிறைத்துப் போவது திரையில் தெரிந்தது. 'குடுத்து வச்சவர்' என்று ஒட்டுமொத்தமாக இந்தப் பக்கம் குரல் எழுந்தபோது, அதை மீறிக்கொண்டு கொஞ்சம் சத்தமாக பச்சை சூடிதார் சிஷ்யை தொடர்ந்தாள். 'செயல் 'இ' மற்றும் செயல் 'ஈ' செய்து முடிக்கப்பட்ட பிறகு செயல் 'உ' தொடங்கறது. இந்தச் செயல் 'உ' முடிஞ்சதும் கடைசிக் கட்டமான முடிவு அப்படீங்கற செயல் நடைபெறும்.'

‘இதோட மெய்ப்பொருள் என்ன தெரியுதா?’ குரு தாடியில் படிந்திருந்த பனியைத் தட்டிவிட்டபடி வினவினார். ‘ஏன் புரியாம?’, பிரதம சிஷ்யன் குரு கணக்கில் உடுப்பி ஓட்டல் காப்பி சாப்பிட்ட திருப்தியில் முன்வரிசைக்கு வந்து உரக்கச் சொன்னான்.

‘செயல் ‘இ’ நடக்கறதுக்கு முன்னாடி செயல் ‘அ’ நடந்து முடிஞ் சிருக்கணும் அப்படீங்கறதும், செயல் ‘ஈ’ ஆரம்பமாகறதுக்கு முன்பாக செயல் ‘ஆ’ முடிஞ்சிருக்க வேணும் என்கிறதும், செயல் ‘உ’ தொடங்க வேணுமானால் செயல் ‘இ’, செயல் ‘ஈ’ இந்த ரெண்டுமே முடிஞ்சிருக்க வேணும் என்பதும் என்னைப் போல கற்பூர புத்தி உள்ள எல்லோருக்கும் புரியுமே’ என்றான் அவன் காலரைத் தூக்கி விட்டுக்கொண்டு.

‘என் கணக்குலே காப்பி சாப்பிட்டே என்னை திவாலாக்கிடுவே. ஆனாலும். வாழ்க, வளர்க. நீ சொன்ன எல்லாமே ரொம்பச் சரி!’ குரு ரிமோட் ஆசிகளை எலெக்‌ஷன் கால அரசியல்வாதி வாக்குறுதி தருவதுபோல் அள்ளிவிட்டார். ‘சுருக்கமாச் சொல்லணும்னா, ப்ராஜக்ட் செயல்களை வரிசைப்படுத்த இந்த முற்படுத்தும் வரைபடம் மிகுந்த உதவியாக இருக்கும்.’

‘வரிசைப்படுத்த ஒரே ஒரு படம்தானா?’ இரண்டாம் சிஷ்யன் சந்தேகத்தைக் கிளப்ப, ‘லேது அய்யா. இக்கட சூடு’ என்றபடி குரு கரும்பலகையை அழித்துக்கொண்டிருக்க, டிஜிட்டல் குடிலில் மின்சாரம் நின்று போனது.

‘அது கிடக்கட்டும். புதுசா என்ன படம் பார்த்தே?’ சிஷ்யர்கள் ப்ராஜக்ட் மேனேஜ்மெண்ட் உலகை விட்டு வெளியே வந்து கொண்டிருந்தார்கள்.

14

அம்பு வரைபடமுறை

குடிலில் மின்சாரம் வந்தபோது, திரும்பவும் வீடியோ கான்பரன்சிங் சின்னத்திரை உயிர்பெற, அங்கே மறுபடி குரு.

'தடங்கலுக்கு மகிழ்கிறேன். படத்தை வரையறதுக்குள்ளே போதும் போதும்னு ஆயிடுச்சு. விரல் வளைய மாட்டேன்னு பனியிலே உறைஞ்சு கிடக்கு.' கிளவுஸ் மாட்டிய கையை இந்திப்பட வில்லன் போல் நீட்டி மடக்கியபடி கரும்பலகையில் வரைந்திருந்த புதிய படத்தைக் காட்டினார்.

'முற்படுத்தும் வரைபட முறை தவிர செயல்களை வரிசைப் படுத்த உபயோகமாகிற இன்னொரு வரைபட முறை அம்பு வரைபட முறை. அதாவது Arrow Diagramming Method. இந்த முறையில், செயல்கள் அம்புகளாக வரையப்பட்டுக் குறிக்கப் படும். ஒரு செயல் முடிஞ்சு மற்றது தொடங்கற இடம் ஒரு சிறு வட்டம் மூலமாகக் குறிப்பிடப் படும். இந்த வட்டத்தை முனை(Node) என்பார்கள்.'

கரும்பலகைப் படம் இப்போது திரை முழுக்கத் தோன்ற குரு சொன்னார் - ' கரண்ட் போறதுக்கு முன்னாடி விளக்கினேனே, முற்படுத்தும் வரைபடம். அதில் அடங்கிய செயல்களை அம்பு வரைபடமாக வரைஞ்சா இது மாதிரித்தான் இருக்கும்.'

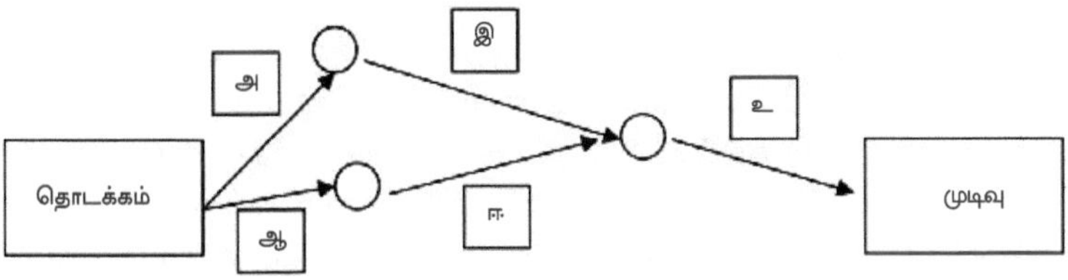

'ஆக, முற்படுத்தற முதல் படம், அம்பு விடுற அடுத்த படம், ரெண்டும் போடத் தெரிஞ்சுக்கிட்டாப் போதும்னு சொல்லுங்க', பின் வரிசை சிஷ்யன் உரக்கக் கேட்டான். 'ஏன் கத்தறே அப்பனே. உன் குரலுக்கு வீடியோ கான்பரன்ஸ் எல்லாம் வேணாம். குடிலுக்குக் கூரையிலே நின்னுட்டுக் கூவினாலே இங்கே கேட்கும் போலே இருக்கே!' குரு அவன் சவுண்ட் வால்யூமைக் குறைக்கச் சொன்னபடி திரும்பப் பாடத்துக்கு வந்தார்.

'சில ப்ராஜக்ட்களிலே குறிப்பிட்ட சில செயல்கள் திரும்பத் திரும்ப நடத்தப்படலாம். இல்லாட்டா, 'இந்தச் சூழ்நிலை என்றால் செயல் 'ஆ' நடைபெறும்; இல்லாது போனால் செயல் 'ஈ' நடக்கும்' அப்படீன்னு செலக்ட் செய்து தீர்மானிக்கப் படலாம். இந்த மாதிரியான ஸ்பெஷல் ஆக்ஷனை எல்லாம் முன்னாலே சொன்ன ரெண்டு வரைபட முறையை வச்சுக் குறிச்சு வரிசைப்படுத்த முடியாது. நிபந்தனை வரைபடமுறை - Conditional Diagramming Method - அப்படீங்கற மற்றொரு வரைபட முறை இந்த சமாசாரங்களுக்குக் கைகொடுக்கும்.'

பச்சை சூடிதார் திரைக்கு முன்னால் வந்து உட்கார்ந்தாள். 'செயல்களை வரிசைப்படுத்தறபோது சார்பு முக்கியப் பங்கு வகிக்கும்னு மாஸ்டர் சொன்னார் இல்லையா? சார்பு பற்றி இன்னொரு சங்கதியையும் சொல்லியாகணும். என்னங்கறீங் களா? அட என்னன்னுதான் கேளுங்களேன்' என்று அவள் நிறுத்தினாள்.

'என்ன என்ன என்ன என்ன என்ன?' என்று ஏழெட்டு கே.பி. சுந்தராம்பாள்கள் பழைய எழுபத்தெட்டு ஆர்பிஎம் ரெகார்ட்

களாகப் பாட, அந்தப் பக்கம் குரு காதில் உறைபனியை அடைத்துக்கொண்டார். புன்சிரிப்போடு சிஷ்யை தொடர்ந்தாள். 'செயல்களுக்கு இடையே சில சந்தர்ப்பங்களில் ஏற்படும் முன்நிகழ்வு (Lead) மற்றும் ஆறப் போடுறது (Lag) இந்த ரெண்டும்தான் நான் சொல்ல வந்தது.'

'இதுக்கு உதாரணம் கேட்டு அந்தச் சின்னப் பெண்ணைக் கஷ்டப்படுத்த வேணாம். நானே சொல்றேன்', குரு கனிவாகச் சொன்னார். 'தொழிற்சாலையை நவீனமயமாக்கற ப்ராஜக்ட்னு வச்சுக்குங்க. பழைய இயந்திரங்களைத் தூக்கிக் கடாசிவிட்டு அதுகளோட எடத்தில் புத்தம்புது இயந்திரங்களை நிறுவணும், இல்லியா? பழையன கழிதலும் புதியன புகுதலும்னு நம்ம பாட்டன் சொன்னதுபோல, பழசு இடத்தைக் காலி செஞ்சாத் தான் புதுசு அங்கே குடியேற முடியும். ஆக என்ன புரியுது? புது இயந்திரத்தை நிறுவறதுங்கற செயல் பழையதை மூட்டை கட்டி வெளியே எடுத்துப்போறது அப்படீங்கற செயல் நடக்கறதைச் சார்ந்தது. சரிதானா? பழைய இயந்திரங்களை எல்லாம் மூட்டை கட்ட ரெண்டு வாரம் ஆகும்னு வச்சுக்கலாம். இந்த ரெண்டு வார காலத்திலே சும்மாக் கையைக் கட்டிக்கிட்டு வேடிக்கை பார்த்துட்டு இருக்க வேணாம். புது இயந்திரங்களை தொழிற் சாலைக்குள்ளே கொண்டுவந்து அதையெல்லாம் நிறுவத் தயாராக பெட்டியிலேருந்து வெளியே எடுத்து வைக்க இந்த ரெண்டு வாரத்தை உருப்படியாச் செலவிடலாம். இப்படி ஒரு செயல் முடிஞ்சிட்டிருக்கும்போதே அடுத்ததைத் தொடங்கறதை முன்நிகழ்வு அப்படீம்பாங்க ப்ராஜக்ட் மேனேஜ்மெண்ட் பரிபாஷையிலே.'

'புரியுது குருவே', சிஷ்யன் திருப்தியாகத் தலையாட்டினான். 'இப்படிச் சுறுசுறுப்பா வேலை பார்த்தா, ப்ராஜக்ட் நடக்கற கால அளவைக் கொஞ்சம்போல் குறைக்கலாம். இதுனாலே செலவும் கொஞ்சம்போலக் குறைய வாய்ப்பு இருக்குது என்கிறதும் புரியுது.'

'ஆறப்போடறதான Lag இதுக்கு மாறானது.'வீடு கட்டற வேலை நடந்துட்டு இருக்குன்னு வச்சுக்கலாம். சுவருக்கு சுண்ணாம்பு அடிச்சு முடிச்சாச்சு. சுண்ணாம்பு உலர்ந்தால்தான் சுவர்லே ஆணியடிச்சு ஐஸ்வர்யா ராய் படம் மாட்ட முடியும். மழை நேரத்தில் வேலை நடக்கிறதுன்னா உலர ரெண்டு நாள்கூடப் பிடிக்கலாம். அதுவரை ஐஸ் படத்தை பத்திரமா

வச்சுக்கிட்டுக் காத்திருக்க வேண்டியதுதான். முதல் செயல் முடிஞ்ச அப்புறம் ரெண்டு நாள் ஆறப்போட்டு அடுத்த செயல் ஆரம்பமாறது இங்கே நடக்குது.'

குரு கண்ணாடியைத் துடைத்துப் போட்டுக்கொண்டு வீடியோ திரையைக் கூர்ந்து பார்த்தார். 'இந்தக் கதை தெரியுமா? இங்கே என் சிநேகிதி நேத்துச் சொன்னது…' அவர் குவளைக் கையோடு பீடிகை போட, 'இந்த வயசுலே சிநேகிதியா? மச்சம்யா' என்று சிஷ்யர்கள் பொருமலோடு கதை கேட்கத் தயாரானார்கள்.

'பெண்டாட்டி செத்துப்போன அடுத்த நாள் ஒரு கனவான் அவள் கல்லறைப் பக்கம் உட்கார்ந்து கரிசனத்தோடு விசிறிட்டு இருந்தானாம். வீட்டுக்காரி மேல் அம்புட்டு பிரியமான்னு போறவன் வர்றவன் எல்லாம் ஆச்சரியப்பட்டாங்க. அது ஒண்ணுமில்லேப்பா, என் வீட்டுக்காரி சாகறபோது ஒரு சத்தியம் வாங்கிக்கிட்டா. அதாவது அவள் கல்லறையில் ஈரம் உலர்றதுக்கு முன்னாடி நான் அடுத்த கல்யாணம் செஞ்சுக்கக் கூடாதாம். சரிதான்னு கையிலே அடிச்சுக் கொடுத்துட்டேன். இப்ப, சீக்கிரம் உலரத்தான் விசிறிட்டிருக்கேன் அப்படீன்னு ஆறப் பொறுக்காத அந்த ஆசாமி சொன்னானாம். இது lead-ஆ, lag-ஆன்னு தெரியலையே'

குரு தலையை ஒரு அழகான கை, துவாலையால் துடைப்பது திரையில் தெரிந்தது. ஆஆஆஆ! என்று ஏழெட்டு சின்னி ஜெயந்த் குரல்கள் இந்தப் பக்கம் சத்தமாக உயர்ந்தன.

15

ஆக்டிவிடி ட்யுரேஷன் எஸ்டிமேட்டிங்

அப்துல் கலாம் சொற்பொழிவு போல் ஆழமும் அமைதியுமாக பூமியைக் குளிர்வித்து எல்லோருக்கும் பெய்யும் மழை. குடிலுக்குள் வீடியோ திரையில் குரு இன்னும் உற்சாகமான புன்சிரிப்போடு தட்டுப்படுகிறார். இந்தப் பக்கம் பாடம் கேட்கிற ஆர்வத்தில் சொட்டச்சொட்ட நனைந்து வந்த சீடர்கள்.

'நீங்க சென்னையை விட்டுச் சொல்லாமக் கொள்ளாமக் கிளம்பினீங்க, இங்கே இத்தனை வருடமாக வராத மழை கொட்டோ கொட்டுன்னு கொட்டுது. ஆமா, அது என்ன, பீங்கான் கிண்ணத்திலே வச்சுக்கிட்டு கரண்டி கரண்டியா உள்ளே தள்ளிட்டு இருக்கீங்க?'

சிஷ்யர்களின் கேள்விக்கு விடையளிக்கும்முன் இன்னொரு கரண்டி விழுங்கினார் குரு. 'இந்த ஏழை கஞ்சி குடித்துக்கொண்டிருக்கிறான் அம்மை, அப்பன்களே. பரங்கி பாஷையில் போரிட்ஜ் என்பார்கள் இந்த எளிய ஓட்ஸ் கஞ்சியை. மூணு

பவுண்ட் அதாவது இருநூற்று இருபது ரூபாய் சகாய விலைக்குக் கிடைக்கிற வஸ்து. கிடக்கட்டும். Activity Sequencing என்ற செயல் வரிசைப்படுத்தும்போது கிடைக்கறது என்ன?', தாடியை நீவிக்கொண்டு பாடத்துக்குள் சாடிவிட்டார் குரு.

இதற்காகவே காத்திருந்ததுபோல் சிஷ்யை கணீரென்று பதில் சொன்னாள். 'முதலாவது, ப்ராஜக்ட் நிகழ்வு இணைப்பு வரை படம். முன்னாடி பார்த்த முற்படுத்தும் வரைபடம், அப்புறம் வந்த அம்பு வரைபடம் ரெண்டும் இதுக்கு உதாரணம். இந்தப் படங்கள் மூலமாகச் செயல்களுக்கு இடையே என்ன எல்லாம் டிபன்டெண்சி அதாவது சார்பு அப்படீன்னு சம்பந்தப்பட்ட எல்லோருக்கும் துல்லியமாகத் தெரியவரும். அப்புறமா, இப்படி ப்ராஜக்டோட எல்லாச் செயல்களையும் இணைப்பு வரைபடம் ஆக்கறபோது ஏற்கெனவே வகைப்படுத்த விட்டுப் போன செயல்கள் இருந்தா அதெல்லாம் சட்டுன்னு கண்ணுலே படும். அதையும் சேர்த்து செயல் பட்டியல் கம்ப்ளீட் ஆக்கணும். இப்படி உள்ளே நுழையறதை நிறைவேற்ற ப்ராஜக்ட் நடப்பில் மாற்றம் தேவையாக இருக்கலாம். அதுக்கான கோரிக்கைகள் எழலாம். அவற்றையும் தகுந்தபடி எதிர்கொள்வது.' அவள் நிறுத்த கோரஸ் ஒலித்தது, 'வெற்றியடைந்த ப்ராஜக்ட் மேனேஜர் களின் வழிமுறை இதே இதே இதே.'

குரு தொடர்ந்தார். 'ப்ராஜக்ட் கால நிர்வாகத்தோட அடுத்த கட்டம் ப்ராஜக்ட் வேலைகளுக்காக எவ்வளவு மனித உழைப்பு, என்ன மாதிரியான திறமை, எவ்வளவு இயந்திர உதவி, எவ்வளவு கச்சாப்பொருள், எத்தனை காலம் தேவைப்படும் அப்படீன்னு தீர்மானிக்கறது. இங்கே மனித உழைப்புன்னா ப்ராஜக்டைப் பொருத்து உடல் உழைப்பு இல்லேன்னா மூளை உழைப்பு. அதுவும் இல்லேன்னா ரெண்டுமே. உதாரணமாக...' அவர் இழுக்க, சிஷ்யை திரும்ப உதவிக்கு வந்தாள்.

'தெம்பா இன்னும் ரெண்டு லிட்டர் கஞ்சி குடிங்க குருவே. உதாரணம் நான் சொல்றேன். பசங்களா, பெரிய அணைக்கட்டு எழுப்புகிற திட்டம்னு வச்சுக்குங்க, எவ்வளவு தொழிலாளர், எவ்வளவு சூப்பர்வைசர், எத்தனை எஞ்சினியர் தேவைன்னு மனித வளம், அதாம்பா, human resource கணக்கிடப்படும். மென்பொருள் உருவாக்கும் சாப்ட்வேர் ப்ராஜக்ட்டா, அந்தப் ப்ராஜக்ட் திட்டப்படி ஜாவா, டாட் நெட், ஆரக்கிள், சீக்வல் சர்வர் இதுலெல்லாம் விவரமான கில்லாடி சாஃப்ட்வேர்

எஞ்சினியருங்க, டேட்டாபேஸ் அமைப்பாளர்கள் எத்தனை பேர் ப்ராஜக்ட் குழுவில் இடம் பெற்று வேலை முடிக்கத் தேவை, எப்போலேருந்து எப்போவரை இவங்க வேலைக்கு வரணும், என்ன மாதிரி கம்ப்யூட்டர்கள், சாப்ட்வேர் தேவைன்னு கணக்கிடப்படும்.'

'மஞ்சுளா, ரிலாக்ஸ். நான் முடிக்கறேன்.' முதல் சிஷ்யன் தொடர்ந்தான். 'முழுக்க முழுக்க அனுபவசாலிகளை வச்சு ப்ராஜக்ட் குழு அமைச்சா, அனுபவத்தைப் பொருத்து அவங்களுக்கு அதிகம் பைசா தரணும். அப்போ, ப்ராஜக்ட் செலவுக் கணக்கு எகிறிடும். புதிதாக வேலைக்குச் சேர்ந்தவங் களை குழுவில் முழுக்க நிறைச்சா, செலவு கம்மி. ஆனால் அனுபவசாலிகள் செய்யற மாதிரி அதே தரத்தில் வேலை நடக்காமப்போய், ப்ராஜக்ட் தோல்வி அடையவும் வாய்ப்பு உண்டு. சரியான விகிதத்தில் அனுபவத்தையும், புத்தம்புது அறிவையும் கலந்து குழு உருவாக்குறது, எங்கேப்பா, கோரஸ்?' மற்ற எல்லோரும் கர்ம சிரத்தையாக, மழைக்கு இதமான மங்களூர் போண்டா சாப்பிட மட்டும் வாயைத் திறக்க, திரையில் குரு, 'அதுவே திறமையான ப்ராஜக்ட் மேனேஜர்களின் செயல் திறமைக்கு சவாலாகும். படுபாவிகளா, விதம் விதமா என் காசுலே மொசுக்கறீங்களே, உருப்படுவீங்களா? ஆனாலும் வாழ்க' என்று காக்டெயில் வாழ்த்து சொன்னார்.

'செயல்கள் எவைஎவைன்னு தெரியும். சார்புகளைக் கணக்கில் எடுத்துக்கிட்டு அதையெல்லாம் வரிசைப்படுத்தியாச்சு. அதையெல்லாம் செஞ்சு முடிக்க மனித மூளை வளம், உடல் உழைப்பு, இயந்திரங்களின் ஒத்துழைப்பு எவ்வளவு தேவைன்னும் தீர்மானித்தாச்சு. அப்புறம்?' சீடன் அடியெடுத்துக் கொடுக்க, குரு சீரியசாகச் சொன்னார். 'ஒரு காலண்டர் வேணும். அசின் படமோ அஞ்சலி தேவி படமோ போட்டதில்லே இது!' அவர் பூடகமாகச் சிரித்தார்.

'உங்க தலை துடைச்ச அழகி படம் இருந்தா சரிப்படுமா?' திருப்பதி சிஷ்யன் மொட்டைத்தலையைத் தடவிக்கொண்டு ஆர்வமாக விசாரித்தான்.

'ஒரே தொங்கா, பிச்சிவாடு', குரு அவனைச் செல்லமாகத் திட்டிக் கொண்டே விளக்க ஆரம்பித்தார். 'இப்போ, சென்னையைச் சிரபுஞ்சி ஆக்கின மழையிலே தொபால்னு நம்ப டிஜிட்டல் குடிலோட காம்பவுண்ட் சுவர் விழுந்துடுச்சுன்னு வச்சுக்க.

அதைத் திரும்பக் கட்ட ரெண்டு நாளாகும்னு நம்ம தோஸ்த் மேஸ்திரி முன்சாமி கணக்கு போடறார். எத்தினி பேரு வேணும் மேஸ்திரி? என்ன நானு, நம்ம கன்னியப்பன், அவன் மச்சான் போதும் சார். ரெண்டு நாள்லே கலாஸ் பண்ணிடலாம். எல்லாரும் காலையிலே ஏழு மணிக்கு வந்து ராத்திரி முழுக்க வேலை நடத்துவீங்க, அப்படித்தானே மேஸ்திரி? கிண்டல் பண்றியா சார்? கரீட்டா எட்டு மணிக்குக் காலையிலே வரு வோம். சாயந்திரம் அஞ்சுக்கு ஏறக்கட்டிட்டுப் போயிடுவோம். அப்படியா? இன்னிக்கு சனிக்கிழமை. நாளைக்கு ஞாயித்துக் கிழமை சாயந்திரம் முடிச்சிடலாமா? ஏன் சார். சண்டே வேலைக்கு வர எங்களுக்கு என்ன பயித்தியமா பிடிச்சிருக்கு? நாள் கணக்கிலே ஞாயித்துக்கிளமையைச் சேர்த்துக்காதே. திங்கக்கிளமை சுகூரா முட்சிடலாம். அப்புறம் இன்னொன்னு, இன்னிக்கும் மழெ அடிச்சுதுன்னா, வேலைக்காவாது. எதுக்கும் ஒரு நாள் எஷ்ட்ராவா சேத்து மூணு நாள்னு வச்சுக்க. அதாம்பா, செவ்வாக்கிளமெ ஓவர். உன் அதிர்ஷ்டம் மளையில்லே, பசங்களும் டாஸ்மாக்குமாக்குன்னு வேலை செய்யறாங்கன்னா, செவ்வாய் என்னாத்துக்கு இன்னிக்கு சாயந்திரமே முடிஞ்சுடும். சட்டுப்புட்டுனு அட்வான்சை எடு சார். ஆளுங்களையும், சிமெண்ட், செங்கல் அல்லாத்தையும் அள்ளிப்போட்டுக்கினு வந்து சேரத் தாவலை.'

குரு பலகுரலில் பேசிய மிமிக்ரி முடிந்ததும் திருப்பதியான் மட்டும் கைதட்டினான். 'சகலகலா வஸ்தாது குருகாரு செப்பினது தெல்சா? ஒகடிஒகடி காரியமு, ஏமிஏமி டைமு எவரெவரு சேஸ்தாரு, வாரு எப்புடு ஒஸ்தாரு லேது ஒஸ்தாரு சமாசாரமு டிசைடு சேசறது அந்தே டூரேஷனு எஸ்டிமேட்டிங்கு.' அவன் சுந்தரத் தெலுங்கைத் துணைக்கு அழைத்து விளக்க, மஞ்சுளா சுமார் தமிழில் செப்பினாள் : 'இந்த Activity Duration Estimation கட்டத்தில் குரு சொன்ன காலண்டரான வேலை நாள், வழக்கமான விடுமுறை நாள், அதற்குமேல் சிறு விடுப்பு, பெரும் விடுப்பு என்று சகலமானதையும் தெரிவிக்கும் நாள் விவரத்தையும் கணக்கில் கொள்ளணும். இங்கே காலத்தைத் துல்லியமாச் சொல்லாம, கொஞ்சம் தோராயமாகக் கணக்கிட லாம். மேஸ்திரி மாதிரி.'

வெளியே பெரும் சத்தம். குடிலின் காம்பவுண்ட் சுவர் இடிந்து விழுந்தது.

16

மூணு புள்ளி தீர்மானமுறை

டிஜிட்டல் குரு வீடியோ பாடத்தைத் தொடர்ந்தார். 'செயல்கள் நடக்கற காலத்தைத் தீர்மானிக்கும் ஆக்டிவிடி ட்யூரேஷன் எஸ்டிமேட்டிங் வெவ்வேறு விதமாக நடத்தப்படலாம். முதலாவது 'அதுபோல் இது' என்று முந்தைய ஒரு ப்ராஜக்ட்டில் நடந்ததை அடிப்படையாக வச்சுப் புது ப்ராஜக்டில் தீர்மானம் எடுப்பது (Analogous Estimation). அந்த முந்தைய ப்ராஜக்ட் ஓரளவுக்காவது புதுசை ஒத்திருப்பது அவசியம். அடுத்தது வேலைத்திறனை அடிப்படை யாக வச்சுத் தீர்மானிப்பது. 'ஒரு மணி நேரத்தில் ஒருத்தர் இந்த அளவு வேலை செய்ய முடியும் என்றால், இத்தனை பேர் எவ்வளவு காலம் உழைத்து வேலையை முடிக்க முடியும்' என்று அளப்பது (Parametric Estimation).'

வேறு ஏதும் வழிமுறை உண்டா என்ற கேள்விக்கு காலே அரைக்கால் செண்டிமீட்டர் புன்முறுவ லோடு கரும்பலகையில் முக்கோணம் வரைந்து காட்டினார் அவர். ' செயல் காலத்தைத் தீர்மானிக்க பெரும்பாலும் 'மூணு புள்ளி தீர்மான முறை'யைப்

பயன்படுத்துவாங்க (Three-Point Estimation). ஒரு வேலையைச் சட்டுப்புட்டென்று செஞ்சு முடிக்க எத்தனை நாள் ஆகும் (Optimistic Estimate), அதே வேலை அதது நடக்கிற போக்கில் நடந்து முடிய எவ்வளவு நாள் பிடிக்கும் (Pessimistic Estimate), வேலையை வழக்கமாக முடிக்க சுமார் எவ்வளவு நாள் பிடிக்கும் (Most Likely Estimate) - இந்த மூணு கேள்விகளுக்கும் விடை கண்டு அதிலிருந்து தோராயமாகத் தீர்மானிப்பதுதான் இது. இதுக்கான சூத்திரத்தை சாவகாசமாக விளக்குகிறேன்.'

டிஜிட்டல் குடில் சுவரைச் செப்பனிட எவ்வளவு செலவாகும் என்ற கணக்கில் அவருடைய மனம் பாதி முழுகி இருந்ததால் வேறு கணக்கில் நாட்டம் முழுக்கச் செல்லவில்லை. 'இந்த எல்லாவித எஸ்டிமேஷன் முறைகளோடு, இதே வேலையைச் செய்து செய்து கைத்தழும்பேறிய அனுபவசாலிகளைக் கலந்தாலோசித்துத் தீர்மானிக்கறதும் உண்டு' என்று ஒரு வினாடி மௌனத்துக்கு அப்புறம் சொன்னார்.

'இதுக்கு அடுத்த கட்டம் வேலைக்கான கால அட்டவணை தயாரிப்பது (Schedule Development). ஒவ்வொரு செயலும் இந்தச் சுபயோக சுபதினத்தில் ஆரம்பமாகி இந்த நாளில் மங்களமாக முடிக்கப்படும் என்று கோர்த்து எடுத்த இந்தப் பட்டியல் ப்ராஜக்டின் தொடக்கம் முதல் இறுதிவரையான செயல்கள் எல்லாவற்றுக்கும் நாளும், நேரமும் குறிக்கும்.' சிஷ்யை குருவை ஓய்வெடுக்கச் சொல்லிவிட்டுத் தொடர்ந்தாள்.

'இப்படி அட்டவணைப் படுத்தறபோது ஒவ்வொரு செயலுக்கும் ஒரு ஆரம்ப தினம், ஒரு முடிவு தினம்னு இல்லாமல், ஆக விரைவாகத் தொடங்கக் கூடிய தினம் (Early Start Date), ஆகத் தாமதமாகத் தொடங்கக் கூடிய தினம் (Late Start Date), ஆக விரைவாக முடியக்கூடிய தினம் (Early Finish Date), ஆகத் தாமதமாக முடியக்கூடிய தினம் (Late Finish Date) அப்படின்னு ப்ராஜக்ட் சூழ்நிலை, நடப்பை அனுசரித்து நாள் குறிப்பது வழக்கம். டிஜிட்டல் குடிலின் சுவர், சிஷ்யர்கள் கைங்கர்யமாகத் திரும்ப எழுப்பப்படும் என்ற செய்தியை இங்கே அறிவிப்பதில் மகிழ்ச்சியடைகிறேன்.'

குருவின் முகத்தில் சட்டென்று பிரகாசம். இப்படி money money ஆன நல்ல மனம் படைத்த சிஷ்யர்கள் இருக்கும்போது அற்ப விஷயங்கள் குறித்து விசாரப்படக்கூடாது என்று அவர்

மனச்சாட்சி சொன்னது போலும். தொண்டையக் கனைத்துக் கொண்டு திரும்ப உற்சாகமாகத் தொடங்கினார். 'இங்கே மிதவை (Float) என்ற ஒரு கோட்பாட்டைப் பற்றியும் கொஞ்சம் சொல்லியாக வேணும். கீழே உள்ள படத்தைப் பாருங்கள். ஏற்கெனவே நீங்க பார்த்த வரைபடம் தான்.'

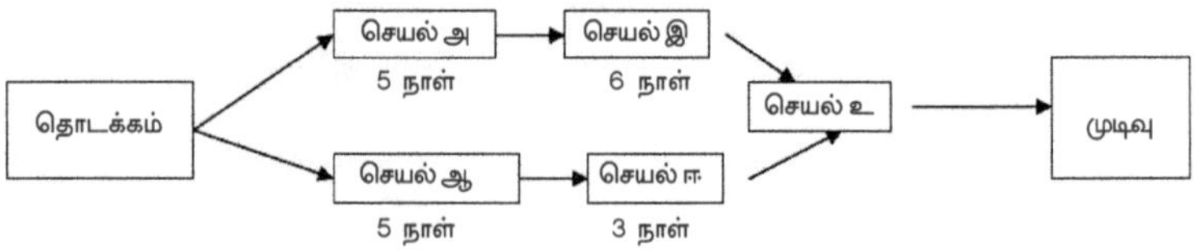

'ப்ராஜக்ட் தொடக்கத்துக்கு அப்புறம் செயல் 'அ', செயல் 'ஆ' இரண்டும் ஒரே நேரத்தில் ஆரம்பம் ஆகின்றன. செயல் 'அ' முடிந்து செயல் 'இ' தொடங்குகிறது. செயல் 'ஆ' முடிந்து செயல் 'ஈ' தொடங்குகிறது. செயல் 'இ', செயல் 'ஈ' இரண்டும் முடிந்து செயல் 'உ' தொடங்குகிறது.'

'அதே, சூடண்டி.' திருப்பதி சிஷ்யன் விரலை நீட்டித் திரையைத் தொட்டபோது டப்பிங் குரலாகத் திரும்ப குரு. 'செயல் 'அ' முடிக்க அஞ்சு நாள் எடுக்கும்னு தீர்மானிக்கப்பட்டிருக்கு. 'ஆ' முடியவும் அதே அஞ்சு நாள்தான் டைம். அதுக்கு அப்புறம், செயல் 'இ' முடிக்க 6 நாள். செயல் 'ஈ' முடிக்க 3 நாள். ஆக, ப்ராஜக்ட் ஆரம்பிச்சு அஞ்சு வேலைநாள் முடிஞ்சா செயல் 'அ', 'ஆ' ரெண்டும் முடிஞ்சிருக்கும். அடுத்த தினம் செயல் 'இ' தொடங்கினால் இன்னும் ஆறு நாள் கழிச்சு முடியும். ஆனாலும், 'இ' தொடங்கின அதே நாளில் அடிச்சுப் பிடிச்சு செயல் 'ஈ' உடனே ஆரம்பிக்க வேண்டாம். ஏன்னு சொல்லுங்க பார்ப்போம்.'

பிரதம சிஷ்யன் பதில் சொன்னான் - 'ஏன் அப்படீன்னா, 'இ, ஈ' ரெண்டு வேலையும் முடிஞ்சுதான் அடுத்த செயலான 'உ' ஆரம்பமாகும். ஆக, செயல் 'இ' தொடங்கின நாலாவது நாள் செயல் 'ஈ' ஸ்டார்ட் பண்ணினால் போதும். 'இ, ஈ' ரெண்டுமே ஒரே நேரத்துலே முடிஞ்சு 'உ' ஆரம்பிக்கத் தோதாக இருக்கும்.'

குரு கம்பீரமாக முழங்கினார். 'ஆக, செயல் 'உ' வின் சார்புகள் காரணமாக, செயல் 'ஈ' மூணு நாள் தாமதமாகத் தொடங்க அதிக அவகாசம் கிடைக்கிறது. இந்த அவகாசம் செயல் 'ஈ'-யின் மிதவை எனப்படும்.'

சிஷ்யை சொன்னது இது: ‘மிதவை என்பதே இல்லாத ப்ராஜக்ட் செயல்களின் தொகுப்பு அத்தியாவசியச் செயல்பாதை (Critical Path) அப்படீன்னு சொல்லப்படும். இந்தப் பாதையில் இருக்கப் பட்ட வேலைகளைச் செய்யத் திறமைசாலிகளைத் தேர்ந்தெடுக் கறதும், மிதவை உள்ள செயல்களுக்கு மற்றவர்களைப் பயன் படுத்துறதும் ப்ராஜக்ட் வெற்றியடையச் செய்யும்.

சில சமயங்களில் ப்ராஜக்டை சீக்கிரம் முடிக்க வேண்டிய கட்டாயம் வரும். அப்போதெல்லாம் சார்புகளை மீறி அங்கொண்ணும் இங்கொண்ணுமாக செயல்களைத் தேர்ந் தெடுத்து ஒரே நேரத்தில் செய்வாங்க. கட்டடத்தின் வரைபடம் தயாராயிட்டிருக்கும்போதே அஸ்திவாரத்துக்குப் பள்ளம் தோண்ட ஆரம்பிக்கறது மாதிரி இது. துரிதப்படுத்துதல் (Fast Tracking) அப்படீம்பாங்க இதை.

அதிக நபர்களைப் பயன்படுத்தி வேலையைச் சீக்கிரம் முடிக்க வைக்கறதும் உண்டு. காலச் சுருக்கம் (Crashing) அப்படீங்கற இதில் செலவு அதிகமாகும். துரிதப்படுத்துவதும் காலச் சுருக்கமும் கவனமாகப் பயன்படுத்தப்பட வேண்டியவை. இவற்றால் ப்ராஜக்ட் சில அபாயங்களைச் சந்திக்கவும் தோல்வி யடையவும்கூட நேரிடலாம்.’

17

செயல் நடப்பு அட்டவணை

'கருட புராணம் என்ன சொல்லுது தெரியுமா?', பாடத்தை ஆரம்பிக்கும்போதே சிஷ்யன் கேட்டான். குரு திருதிருவென்று மரியாதையாக விழிக்க அவனே பதிலும் சொன்னான். 'சொல்ல வேண்டியதைச் சொல்லாம, போன பாடத்தை முடிச்சதுக்கு நீங்க மிச்ச ஆயுசு முழுக்க அயர்லாந்தில் சோம பானம் இல்லாம அலைவீங்களாம்.' அடுத்த வாரம் அயர்லாந்து போக வேண்டியிருந்ததால், குரு மறுபேச்சின்றி சரண்டர் ஆனார்.

'பயமுறுத்தாதேப்பா. செயல் காலத்தைத் தோராயமாகத் தீர்மானிக்கும் மூணுபுள்ளித் தீர்மான முறையை அப்புறமா விளக்கறேன்னு சொன்னேனே. அந்தச் சூத்திரம் இதுதான். சவோடு அவும் நாலு வவும் சேர்த்து வந்ததை ஆறால் வகுத்தால் காலம் வசப்படும்.

'சிவுடு செப்பின சிதம்பர ரகசியமா குருகாரு இதி?' திருப்பதியான் குழப்பத்தோடு கேட்க, சிஷ்யை உதவிக்கு வந்தாள். ' அதாவது சட்டென்று

முடிக்கும் காலம் + அதது போக்கில் முடிக்கும் காலம் + வழக்க மாக முடிக்கும் காலத்தின் நான்கு மடங்கு என்ற மூன்றையும் கூட்டி, அந்தத் தொகையை ஆறால் வகுக்கணும். (Optimistic Estimate + Pessimistic Estimate + Most Likely Estimate X 4) / 6'

திருப்பதிக்கு முழுத் திருப்தியில்லாததால் அவள் மேலும் விளக்கினாள் - 'உதாரணத்துக்கு ஒரு வேலையைச் **சு**ட்டுப்புட் டென்று செஞ்சு முடிக்க 8 நாள் ஆகும், அதே வேலை **அ**தது நடக்கிற போக்கில் நடந்து முடிய 12 நாள் பிடிக்கும், வேலையை **வ**ழக்கமாக முடிக்க 9 நாள் பிடிக்கும் அப்படீன்னு வச்சுக்கோ. சூத்திரப்படிக்கு, தோராயமான காலம் = (ச + அ + 4 வ)/6 = (8 + 12 + 36) / 6 = 9.3 நாள். புரிஞ்சுதா?'

'சரி, கருட புராணம், கணக்கு கடந்து அப்பாலே போகலாம்.' குரு அவசரமாகச் சொன்னார். 'ப்ராஜக்ட் நேர நிர்வாகத்தில் அடுத்தது செயல் நடப்பு அட்டவணை உருவாக்கறதான Schedule Development. இந்த ஷெட்யூல் ஒரேயொரு தடவை உருவாக்கிப் பத்திரமா பேங்க் லாக்கர்லே வைக்கற சங்கதி இல்லை. ப்ராஜக்ட் வெற்றிகரமாக முன்னேறும்போது சூழ்நிலைக்குத் தகுந்தபடி இதை அவ்வப்போது அங்கே இங்கே மாற்றி உருவமைக்க வேண்டிவரும்.'

'ப்ராஜக்ட் செயல்களை வரிசைப்படுத்தற வரைபடம், ஒவ்வொரு செயலுக்கும் என்ன மாதிரி திறமை, எத்தனை பேர், எவ்வளவு நாள் பிடிக்கும்னு தீர்மானிச்சு வைத்திருந்த விவரங்கள் மற்றும் ப்ராஜக்ட் வரம்பு அறிக்கை இப்படி இதுவரை பார்த்த எல்லாமே செயல் நடப்பு அட்டவணை உருவாக்கத் தேவைப்படும்' என்றான் முதல் சிஷ்யன்.

'ஷெட்யூல் உண்டாக்கிறது ரவா உப்புமா செய்யற மாதிரி வெரி ஈசி', குரு விளக்கினார். 'ப்ராஜக்ட் செயல்களை ஆதியோடு அந்த மாக வரிசைப்படுத்தின வரைபடத்தில் ஒவ்வொரு செயலுக்கு மான நாள், ஆள் விவரம் குறிக்கணும். ப்ராஜக்ட் தொடக்க சுப யோக சுபதினத்தை முதல் நாளாக வச்சு, மற்ற செயல் ஒண்ணொண்ணுக்கும் தொடக்க தினம், கடைசி தினம்னு நாள்கள் தீர்மானிக்கப்படும். இன்னும் நுணுக்கமாகச் செயல் படுகிற ப்ராஜக்ட் மேனேஜர்கள் ஒவ்வொரு செயலுக்கும் ஆகக் கூடி விரைவாகத் தொடங்கற தினம், ஆகக்கூடித் தாமதமாகத் தொடங்கக் கூடிய தினம் இப்படி ரெண்டையும் கணக்கில்

உட்படுத்திப் பட்டியல் இடுவாங்க. இப்படி செயல், நாள் விவரம் இதையெல்லாம் கோர்த்து நிறுத்தினால் ப்ராஜக்ட் ஷெட்யூலாகிய செயல் நடப்பு அட்டவணை கிட்டும்.'

குரு தொடர்ந்தார்: 'அதிகம் சிரமப்படாமல் செயல் நடப்பு அட்டவணை உருவாக்க நமக்கு வேண்டப்பட்டவரான பில் கேட்ஸ் நாயனார் உதவிக்கரம் நீட்டியிருக்கார். கேட் ஸாரின் மைக்ரோசாப்ட் பணிக்களம் உருவாக்கிய எம்.எஸ். ப்ராஜக்ட் (MS Project) மென்பொருள் ப்ராஜக்ட் ஷெட்யூல் தயாரிக்க வெகுவாகப் பயனாகிறது. ப்ரைமவேரா (Primavera) போன்ற மென்பொருட்களும் இதே பணிக்காக அங்கங்கே உபயோகப் படுது. என்றாலும், ப்ராஜக்ட் மேனேஜர்னா, எம்.எஸ். ப்ராஜக்ட் தெரிஞ்சிருக்கவேணும்னு சகலரும் எதிர்பார்க்கறாங்க. ஆகவே அதையே முதல்ல கத்துக்குங்க', குரு அருள்வாக்கு சொன்னார்.

'ப்ராஜக்ட்டின் அத்யாவசியச் செயல்களை (Critical Activities) முடிக்க வேண்டிய காலம், அவற்றை நிறைவேற்றத் தகுந்த திறமையானவர்கள் கிடைக்கும் காலம் என்று சில இனங்களை அனுசரித்து இந்த ஷெட்யூலை ஓரளவுக்கு மாற்றவேண்டி வரலாம். ஷிப்ட் முறையில் வேலை பார்க்கறது, தேவைப்பட் டால் விடுமுறை நாளில் உழைக்கறது என்று அத்யாவசியச் செயல்களைக் குறித்த காலத்தில் முடிக்க ப்ராஜக்ட் மேனேஜர்கள் அக்கறை காட்டுறது வழக்கம். ஓகே?' குரு நிறுத்த டபுள், டிரிபுள் ஓகேயாகப் பதில் வந்தது.

'மேலதிகாரிகளுக்கு ப்ராஜக்ட் நிலவர அறிக்கை (Project Status Report) அனுப்பறபோது, ப்ராஜக்ட் கடக்க வேண்டிய முக்கிய காலகட்டங்களான மைல்கற்கள் மட்டும் காட்டப்படும். அவை நிறைவேறத் திட்டமிட்ட தேதிகளும், நிறைவேறிய பணி விவரமும் குறிக்கப்படும்(Milestone Schedule)' என்றாள் மஞ்சுளா.

குரு எழுந்தபடிக்குச் சொன்னார்: 'ப்ராஜக்ட் நேர நிர்வாகத்தின் கட்டக்கடைசி வழிமுறை கண்காணித்தல் ஆகிய ஷெட்யூல் கண்ட்ரோல். இன்றைய தேதியில் ப்ராஜக்ட் எந்த நிலையில் இருக்கு, செயல் அட்டவணையை மாற்ற ஏதேனும் அவசியம் உண்டா, அப்படி மாற்றாமலேயே தகுந்த நடவடிக்கை எடுத்து அட்டவணைப்படியே வேலை நடத்திப் போகமுடியுமா என்பதையெல்லாம் ஆராய்ந்து முடிவெடுக்கறது இந்த

வழிமுறை. அட்டவணையை மாற்றித்தான் ஆகணும்னா, அந்த மாற்றத்தை எப்படிக் கையாள்றது என்பதும் இதில் அடங்கும்.'

முதல் சிஷ்யன் தொடர்ந்தான்: 'திட்டமிட்டபடி ஒரு செயல் தொடங்கி முடிவு பெறாமல் போகிறபோது எத்தனை நாள் தாமதம், அதனாலே அடுத்து வர்ற செயல்கள் எப்படி பாதிக்கப் பட்டன, இதையெல்லாம் எப்படி ஆராய்வது என்ற விஷயம் பற்றித் தெளிவான வழிகாட்டு நடவடிக்கைகள் ஷெட்யூல் கண்ட்ரோலின் அங்கமாக ப்ராஜக்ட் ஆரம்பிக்கும் போதே உருவாக்கப்படுறது வழக்கம். பெரும்பாலான நிறுவனங்கள் இந்த நடவடிக்கைகளை உருவாக்கி, எல்லா ப்ராஜக்ட்களும் கடைப்பிடிக்க வேண்டிய திருக்குறளாவோ, நாலடியாராவோ ஆக்கியிருக்கும். ஒரு செயல் தாமதமானால்தான் வேறுபாட்டை (Variance) ஆராயணும்னு இல்லை. சீக்கிரம் முடிஞ்சாலும் ஏன்னு பார்க்கணும். அப்போ, அந்தச் செயலுக்காக கால, ஆள் தேவை பற்றி ஏற்கெனவே தீர்மானிச்சதில் தவறு இருந்தால் தெரிய வரலாம். இந்த விவரம் செயல் அட்டவணையைத் தகுந்தபடி திருத்தியமைக்கவும் தூண்டுகோலாகும்.'

'ப்ராஜக்ட் கால நிர்வாகம் தொடர்பான திருத்தல் நடவடிக்கைகள் (Change Control Action) ப்ராஜக்ட் செலவு, மனிதவளம், தரம் போன்ற நிர்வாகம் சம்பந்தப்பட்ட மாற்றங் களையும் அடுக்குத் தொடராக உண்டாக்கறது வழக்கம்' என்றார் குரு. 'சில நேரங் களில், நிறுவனத்தின் செயல்முறைகளையும் மாற்ற வேண்டி வரும். இப்படிப் பழையன கழிந்து புதியன புகும்போது, எதுக் காக மாற்றினது என்ற தகவலோடு, இதனால் நாம் படித்த பாடம் (Learnings) என்னங்கிறதும் குறிக்கப்படும். முன்னோர்களுக்குக் கிடைத்த இப்படியான அறிவு வாழையடி வாழையாக அடுத் தடுத்து வரும் ப்ராஜக்ட் குழுக்களுக்கும் அவற்றின் நிர்வாகி களுக்கும் உறுதுணையாக இருந்து வழிநடத்தும்.'

18

ப்ராஜக்ட் நிதி நிர்வாகம்

'கையைக் கடிச்சுடுத்து' என்றபடி உள்ளே நுழைந்தான் திருப்பதி. சுஜாதாவின் சிறுகதைத் தொகுப்பில் அமிழ்ந்திருந்த குரு தலையை உயர்த்தினார். 'குதிரையா கையைக் கடிச்சது?' புன்சிரிப்போடு கேட்டார் அவர்.

'குர்ரம் லேதண்டி குருகாரு' என்றான் தி.பதி. ஐந்து நட்சத்திர ஓட்டலில் கோஷ்டியாகக் காப்பி சாப்பிடப் போனார்களாம். ஐம்பது நூறு வரும் என்று பார்த்தால், ஆயிரத்துச் சில்லறைக்கு பில் எகிறிவிட்டதாம். 'ரோம், ரோம்' என்று குரு முணு முணுத்தார்.

'நாகு தெல்லேது ஸ்வாமி' என்ற திருப்பதியானின் வாயைப் பொத்திய பிரதம சிஷ்யன் 'நாக்குக்கும் மூக்குக்கும் வேலையில் லாதபோது செவிக்கு ஈயப் படும். பாடம் ஸ்டார்ட்டிங்' என்று அறிவித்தான். குரு தொண்டையைக் கனைத்துக் கொண்டு ப்ளாஸ்க் காப்பியைக் கோப்பையில் நிறைத்தபடி தொடங்கினார்.

'இன்னிக்குப் பாடம் நிதி நிர்வாகம். கனகச்சிதமாகச் செலவு செய்து, ப்ராஜக்ட்டுக்காக ஒதுக்கின தொகைக்குமேலே ஒரு காசு கூட அதிகம் தேவைப்படாமல் எல்லா ப்ராஜக்ட் வேலைகளையும் செய்து முடிக்கற சாணக்கியத்தனத்தோட மறுபெயர்தான் ப்ராஜக்ட் நிதி நிர்வாகம் (Project Cost Management). இதோட செயல்முறைகள் என்னவெல்லாம்னு தெரியுமா?'

கடைசி வரிசையிலிருந்து பதில் வந்தது. 'எவ்வளவு செலவு பிடிக்கும்னு உத்தேசமாகக் கணக்கிடறது (Cost Estimating), ப்ராஜக்ட் நிதி அறிக்கை தயாரிப்பது (Cost Budgeting), அப்புறம் நிதிக் கட்டுப்பாடு (Cost Control). அவ்ளோதான்!'

'வெரி கரெக்ட்', குரு திருப்தியாகத் தலையாட்டினார். 'ப்ராஜக்ட் நிதி நிர்வாகம் தொலைநோக்கு கொண்டது. ப்ராஜக்ட் நடைபெறும் காலத்தை மட்டுமில்லாமல் வருங்காலத்தையும் கணக்கில் கொண்டு திட்டமிடறதும் செயல்படுறதும் ரொம்ப அவசியம். புதுசா ஒரு கார் உற்பத்தி செய்கிற ப்ராஜக்ட்னு வைத்துக்கொள்ளலாம். கார் இஞ்சின், ஸ்டியரிங், சீட், கதவு, ஜன்னல், சக்கரம் இப்படி காருக்குத் தேவையான பல பாகங்களின் வடிவமைப்பு, ப்ராஜக்ட் வேலைகளில் அடங்கி யிருக்கும். கார்க் கதவுகளை உருவாக்கி, தர நிர்ணய சோதனை செய்யறபோது குறைந்த அளவு டெஸ்ட் செய்தால் போதும்ன்னு ப்ராஜக்ட் நிர்வாகத்தினர் தீர்மானிக்கக் கூடும். சோதனைகளுக் கான செலவுகள் இதன் மூலம் சுருங்கும்கிறது உண்மைதான். ப்ராஜக்டின் மொத்தச் செலவும் இப்படி மிச்சம் பிடிப்பதால் குறையும். ஆனால், காரை உருவாக்கி விற்பனைக்குக் கொண்டு வரும்போது எதிர்பாராத விளைவுகள் ஏற்படலாம்.'

'இப்படியா குருவே?' சிஷ்யன் கைத் தொலைபேசியைக் காதுக்கு உயர்த்தி அபிநயம் பிடித்தான். 'செல்வகுமார் பேசறேங்க. காரை மாம்பலம் ஷோரூம்லேருந்து டெலிவரி எடுத்துக்கிட்டு நானும் வீட்டுக்காரியும் திண்டுக்கல்லுலே சகலபாடி வீட்டுக்கு விருந்துக்கு வந்துட்டிருந்தோம். பின் சீட்டுலே நம்ம மாமியார் இருந்துச்சு. போய்ச் சேர்ந்து திரும்பிப் பார்த்தா, கார் பின்கதவைக் காணோம். மாமியாரையும் காணோம். உடனடியாக் கதவைக் கண்டுபிடிச்சுக் கொடுக்காட்டா, நடக்கறதே வேறே.'

'அதே, அதே!' குரு ஆமோதித்தார். 'திண்டுக்கல் பக்கம் குண்டுக்கல் மாதிரி மாமியார் திரும்பக் கிடைக்கக் கூடும். ஆனாலும்,

உதிர்ந்து விழுந்த கார்க் கதவும், கம்பெனியின் மானமும் போனது போனதுதான். கார்க் கதவை இன்னும் நேரமும் காசும் செலவழித்துச் சோதனை செய்து பார்த்திருந்தால் இந்த இக்கட்டு ஏற்பட்டிருக்காது இல்லையா?'

'இப்படி கார் வாங்கும் செல்வகுமார்களுக்கு வரக்கூடிய இன்ப துன்பங்களைக் கணக்கில் கொண்டு கார் உற்பத்திச் செலவைக் கணக்கிடுவது ப்ராஜக்ட் வாழ்நாள் நிதிக் கணக்கிடல் (Project Lifeycle Costing) ஆகும்' என்றாள் மஞ்சுளா.

'நிதி நிர்வாகத் திட்டமிடலின் முதல்படியாக, ப்ராஜக்டில் எந்த அளவு துல்லியமாக செலவுகள் கணக்குக் காட்டப்படும் (Precision Level) என்பது தீர்மானிக்கப்படும். ஒரு வேலையைச் செய்ய ஆயிரத்து அறுநூறு ரூபாயும் அறுபத்தஞ்சு பைசாவும் செலவு அப்படீன்னா, கணக்கு காட்டுறது பைசா சுத்தமாக இருக்கலாம். இல்லே, இதை முழுசாக்கி (Round off) ரெண்டாயிரம் ரூபாய்னு கணக்கு பதியலாம்.'

குரு முடிக்கும் முன் சிஷ்யன் கையை உயர்த்தினான். 'கவர் மெண்ட் ப்ராஜக்ட்டுலே இன்னும் ரவ்வூண்டு ரவுண்ட் ஆஃப் செஞ்சு இதை ரெண்டு கோடி ரூபாய்னு கணக்குக் காட்டுவாங் களா குருவே?'

'நாகு தெல்லேது ஸ்வாமி' என்றார் குரு.

மஞ்சுளா தொடர்ந்தாள். 'அளவைகளைத் தேர்ந்தெடுத்தல் (Units of Measure) அடுத்தது. உதாரணமாக, ப்ராஜக்ட் வேலை நேரத்தை எடுத்துக்கலாம். இது இத்தனை மணி நேரம்னோ, இல்லே நாள், வாரம், மாதமாகவோ கணக்கு வைக்கலாம்னு தீர்மானிக்கப்படும். ப்ராஜக்ட்டை நடத்தும் நிறுவனத்தின் வரவு செலவுக் கணக்கு இனங்களுக்குத் தக்கபடி ப்ராஜக்ட் செலவுக் கணக்கைப் பதியறது எப்படிங்கறது (Organizational Procedural Links) பற்றியும் ப்ராஜக்ட் தொடக்கத்திலேயே நிதி நிர்வாகத் திட்டமிடுதல் அமையலாம்.'

'இந்த வேலைக்கான செலவு இத்தனை சதவிகிதத்துக்கு மேல் வேறுபடக்கூடாது (Variance); போனால் இம்மாதிரியான நடவடிக்கை எடுக்கப்பட வேணும்னு கண்காணிப்பு வாசல் களை (Control Thresholds) ப்ராஜக்ட் தொடக்கத்தில் ஏற்படுத்தற தும் நிதிநிர்வாகம்தான்' என்ற குரு கம்பீரமாகத் தொடர்ந்தார்.

‘பெறுமதிப்பு கணக்கிடுறது (Earned Value Calculation) என்று ப்ராஜக்ட் மேனேஜர்கள் கசடறக் கற்றுத் தெளிய வேண்டிய ஒரு சூத்திரம் உண்டு. கருட புராணம், புருடா புராணம்னு கண்ட மேனிக்குப் பயமுறுத்தாமல் அடுத்த வகுப்பிலே நினைவுபடுத்தினால் அதை விளக்குவேன். பெறுமதிப்பு கணக்கீட்டு முறையில் ப்ராஜக்டை முடிக்க இன்னும் எத்தனை செலவு பிடிக்கும்னு அவ்வப்போது கணக்கிடுதல் (Estimate to Complete Definition) மாதிரியான அவசியக் காரியங்கள் நிதி நிர்வாகத்தைத் திறம்படச் செய்யத் தேவையானவை.’

இன்னொரு குவளை காப்பிக்குப்பின் குரு சொன்னார்: ‘நிதி நிர்வாகத்தின் முதல் செயல்முறைன்னு சொன்னேனே காஸ்ட் எஸ்டிமேட்டிங். இந்தக் கணக்கீடு வழக்கமாக இத்தனை டாலர், ரூபாய்னு கரன்சியில் அளவிடப்படும். ப்ராஜக்ட் தொடக்கத்தில் கணக்கீடு துல்லியமான மதிப்பீட்டைவிட அம்பது சதவிகிதம் வரை குறைந்தோ இல்லே நூறு சதவிகிதம் வரை அதிகமாகவோ வேறுபட்டு இருக்கும். இதை ரோம் (ROM - Rough Order of Magnitude estimate) என்பார்கள். ப்ராஜக்ட் முன்னேறும்போது, அதிகத் தகவல்கள் கையிருப்பில் உள்ளதால் இதே வேலைக்கான மறுமதிப்பீடு இன்னும் கூடுதல் துல்லியமாக இருக்கும். வேறுபாடு மிஞ்சிப்போனா, பத்து பர்செண்ட் குறைவு இல்லே, பதினைந்து பர்செண்ட் அதிகம். அம்புட்டுத்தான்.’

குரு எழுந்தார். ‘அகாடமியிலே நாட்டியமணிகளின் பரத நாட்டியம். சுமார் இருபதிலேருந்து அறுபது வயசு வரையான இளைய அம்மணிகள். கலை அழைக்கிறது’, சொல்லியபடி கிளம்பினார். ‘என்ஜாய்’ என்று பின்னால் ஜுபின் மேத்தாவை ஜுஜுபியாக்கும் சிம்ஃபனி சத்தம்.

19

பெறுமதிப்பு கணக்கீட்டுமுறை

டிஜிட்டல் குடிலிலிருந்து இசை இழைந்து பரவியது. பாவலர் வரதராஜனின் 'மண்ணில் இந்தக் காதல்' பாடல் ரிக்கார்ட் பிளேயரில் ஒலித்து முடியும் வரை மௌனமாக ரசித்த குரு சொன்னார்: 'மூச்சு விடாமல் எஸ்.பி.பி பாடினமாதிரி இன்னிக்கு மூச்சு விடாமல் பேசப் போறேன். குறுக்குக் கேள்விகள் இப்போதைக்கு அனுமதிக்கப்பட மாட்டாது!'

'நோ ப்ராப்ளம்' என்று சிஷ்யர்கள் ஒரே குரலில் அனுமதி கொடுத்தார்கள். குரு சொற்பொழிந்ததின் சாராம்சம் இதோ.

எவ்வளவு செலவு பிடிக்கும்னு உத்தேசமாகக் கணக்கிடும் காஸ்ட் எஸ்டிமேட்டிங் செய்ய, சந்தை நிலவரம் தெரிஞ்சிருக் கணும். அதாவது எந்த மாதிரித் திறமைக்கு என்ன சம்பளம் கொடுக்கணும், வேலையைச் செய்யக்கூடியவங்க எங்கே கிடைப் பாங்க, கச்சாப்பொருள் விலை, இறக்குமதிச் செலவு எவ்வளவு பிடிக்கும் இதுபோல் தகவல் அத்துப்படியாகணும்.

இப்படி உத்தேசக் கணக்கிடறதுக்கு நிறைய வழிமுறைகள் உண்டு. எடுத்துக்கிட்ட புது ப்ராஜக்ட்டோடு ரொம்ப ஒற்றுமை இருக்கப் பட்ட ஒரு பழைய ப்ராஜக்ட்டோட கணக்குக்களைத் தூசிதட்டி எடுத்து 'அது போல இது'ன்னு பழசை வச்சு புதுசைக் கணக்கிடும் முறைக்கு 'அனலாகஸ் எஸ்டிமேஷன் (Analogous Estimation)' என்று பெயர். இதைச் சிறப்பாகச் செய்ய பழமும் தின்று கொட்டையும் முழுங்கின அனுபவசாலிகளின் ஒத்துழைப்பு தேவை.

வேலைப் பகுப்பு அமைப்பில் (Work Breakdown Structure) அடிமட்டத்துலே தொடங்கி, ஒவ்வொரு துண்டு வேலைக்கும் எவ்வளவு செலவு பிடிக்கும்னு கணக்கிட்டு அப்புறம் எல்லாத்தையும் ஒட்டுமொத்தமாகக் கூட்டுறது இன்னொரு முறை. இதை 'கீழிலிருந்து மேலாகக் கணக்கிடுவது (Bottom-up estimating)' என்பார்கள். செய்து முடிக்க அதிக நேரம் பிடிச்சாலும், இது கிட்டத்தட்ட சரியான கணக்கீட்டைத் தரும்.

நவீனமான வழிமுறைக்கு அளவைக் கணக்கீடு (Parametric Estimating) என்று பெயர். மென்பொருள் உருவாக்கற ப்ராஜக்ட்களில் பரவலாகப் பயன்படுத்தப்படுறது இது. ஏற்கெனவே வெற்றிகரமாக நிறைவேறிய பல ப்ராஜக்ட்களில் இருந்து திரட்டின தகவல் அடிப்படையில் அளவைகள் உருவாக்கப் படும். 'கோபால் மொழியில் ஒரு ப்ரொக்ராமர் ஒரு நாளைக்கு இத்தனை வரிகள் மென்பொருள் நிரல் (Program code) எழுத முடியும் என்பது போல் ஏற்படுத்தப்பட்ட அளவைகள் இவை. 'செயல் புள்ளி ஆய்வு (Function Point Analysis)' என்ற பரவலாகப் பயன்படும் இன்னொரு அளவைக் கணக்கீடு முறை உண்டு. வெற்றியைத் தேடும் ப்ராஜக்ட் மேனேஜர்கள் கற்றுத் தேர்ச்சி யடைய வேண்டியது இது.

நிதி நிர்வாகத்தில் அடுத்த செயல்முறை பட்ஜெட் தயாரிப்பது. நிதிக் கணக்கீட்டின் அடிப்படையில் எழுப்பப்படும் இந்த பட்ஜெட்டை வைத்து ப்ராஜக்ட் முன்னேற்றம் கண்டறியப் படும். பட்ஜெட் தயாரிக்கும்போது கணக்கிட்டதற்குச் சற்றே அதிகமாக, எதிர்பாராத செலவுகளைச் சமாளிக்க ஒரு தொகையை ஒதுக்குவது வழக்கம். இது, 'நிர்வாக அவசரச் செலவு இருப்பு (Management Contingency Reserve)' எனப்படும். இந்தத் தொகையைச் செலவிட நிர்வாகத்தினரின் முன் அனுமதி தேவை. தொகையாக இல்லாமல், ப்ராஜக்ட் நேரக் கணக்கீட்டில் சற்றே அதிகமாகக் கூட்டியும் இந்த கண்டிஞ்சென்ஸி ரிசர்வ்

ஒதுக்கப்படலாம். நூறு நாளில் முடியக் கூடிய வேலைக்கு 'எதற்கும் இருக்கட்டும்' என்று, கூட ஐந்து நாளைச் சேர்த்து நூற்றைந்து நாளாகக் கணக்குப் போடும் வழக்கம் இது.

இப்போது பெறுமதிப்பு கணக்கீடு (Earned Value Analysis) பற்றிப் பார்க்கலாம்.

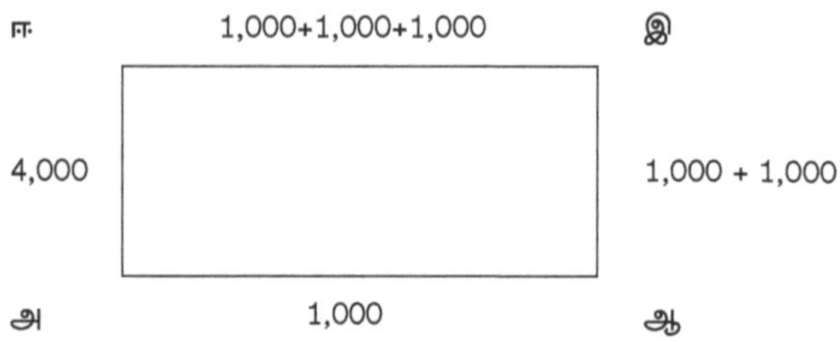

சதுரமான ஒரு நிலப்பரப்பைச் சுற்றி காம்பவுண்ட் சுவர் எழுப் பணும். ஆக நாலு சுவர். ஒரு சுவரை எழுப்ப ஒரு நாள் பிடிக்கும்னு வச்சுக்கலாம். அதேபோல, ஒரு சுவரை எழுப்ப ஆயிரம் ரூபாய் செலவாகும்னும் வச்சுக்கலாம். 'அ'விலிருந்து 'ஆ' வரை ஒரு சுவர் எழுப்ப முதல் நாள். *1,000* ரூபாய் செலவு. 'ஆ'விலிருந்து 'இ'வரை அடுத்த சுவரை எழுப்ப ரெண்டாம் நாள். அந்த நாள் முடிவில் *1,000 + 1,000* அதாவது *2,000* ரூபாய் செலவு. 'இ'யிலிருந்து 'ஈ' வரையான சுவரை எழுப்ப மூணாம் நாள். அன்னிக்கு வேலை முடியும்போது மொத்தச் செலவு *3,000* ரூபாய். 'ஈ'யிலிருந்து 'அ' வரையான நாலாம் சுவரை எழுப்பக் கடைசிநாள். அது முடிஞ்சா, மொத்தச் செலவுக் கணக்கு *4,000* ரூபாயாக இருக்கும்.

சரி, வேலை ஆரம்பமாகி நடக்குது. இன்றைக்கு மூணாம் நாள் சாயந்திரம். மூணு நாளில் செலவுக் கணக்கு 3,500 ரூபாய். வேலை எவ்வளவு முடிஞ்சிருக்குன்னு பார்த்தால், 'அ'விலிருந்து 'ஆ' வரையான சுவர், 'ஆ'விலிருந்து 'இ'வரையான அடுத்த சுவர், இந்த ரெண்டும் முழுக்கக் கட்டி முடிச்சாச்சு. ஆனால், 'இ'யிலிருந்து 'ஈ' வரையான சுவரில் பாதிதான் முடிஞ்சிருக்கு.

கணக்கு போடலாமா?

மொத்த பட்ஜெட்டை முடிவுநிலை பட்ஜெட் அப்படீன்னு சொல்வாங்க. Budget At Completion (BAC). BAC = 4000 ரூபாய்.

மூணாம் நாள் முடிவில் கணக்குப் பார்க்கிறோம் இல்லையா. அந்த நாள்வரை மொத்தச் செலவுக்காக ஒதுக்கப்பட்ட தொகை

(மூணு சுவரை எழுப்பி முடிக்க) மூவாயிரம் ரூபாய். இது திட்ட மதிப்பு எனப்படும். Planned Value (PV). PV = 3000 ரூபாய்.

செய்த செலவு Actual Cost(AC). AC = 3500 ரூபாய்.

ஆனால் மூன்றாம் நாள் முடிவில் ரெண்டரைச் சுவர்தான் எழும்பியுள்ளது. ஒரு சுவருக்கு *1,000* ரூபாய் வீதம் ரெண்டரைச் சுவருக்கான செலவு மதிப்பீடு *2,500* ரூபாய். இதுதான் நீங்கள் கவனத்தில் வைக்கவேண்டிய பெறுமதிப்பு என்ற Earned Value (EV). EV = 2,500 ரூபாய்.

அடுத்து, செலவு வேறுபாடு (Cost Variance). பெறுமதிப்பிலிருந்து செய்த செலவைக் கழித்தால் கிடைக்கும் தொகை இது. செய்த செலவு பெறுமதிப்பைவிட அதிகமாக இருந்தால் இந்தத் தொகை கழித்தல் குறியோடு கணக்குக் காட்டப்படும்.

EV - AC = = -1,000 ரூபாய்

மூணு நாளில் *3,000* ரூபாய் பெறுமதிப்புள்ள வேலை நடந்திருக் கணும். ஆனால், *2,500* ரூபாய் பெறுமதிப்புக்கான வேலைதான் நடந்திருக்கு. ஆக வேலைத் தாமதம். இது செயல் அட்டவணை வேறுபாடு (Schedule Variance) எனப்படும். பெறுமதிப்பிலிருந்து திட்ட மதிப்பைக் கழித்தால் கிடைக்கும் தொகை இது. EV - PV = -1,000

பெறுமதிப்பை, செய்த செலவால் வகுத்தால் கிடைப்பது செலவு விலைக் குறியீடு (Cost Price Index) என்ற CPI. இங்கே CPI = EV / AC = 0.70 (உத்தேசமாக).

இதே போக்கில் வேலை நடந்தால், முடியும் போது எவ்வளவு செலவாகியிருக்கும் (Estimate At Completion) என்று கண்டுபிடிக்க நிறைய வழிமுறைகள் உண்டு. எளிமையான முறை இது.

Estimate At Completion(EAC) = BAC / CPI = 4000/0.7 = 5715 (உத்தேசமாக).

ஆக, தொடக்க கால எஸ்டிமேட்டான *4,000* மறுமதிப்பீட்டில் *5,715* ஆகியிருக்கிறது.

கூடுதல் தொகையான *1,715* ரூபாய் எஸ்டிமேட் டு கம்ப்ளீட் எனப்படும்.

Estimate To Complete (ETC) = BAC - EAC = -1715

20

ப்ராஜக்ட் தர நிர்வாகம்

'பெறுமதிப்பு கணக்கீடான ஏர்ண்ட் வால்யூ அனாலிசிஸ் எங்கே பயன்படும்?', குரு வெளியே போயிருந்தபடியால், சிஷ்யர்கள் தங்களுக்குள் விவாதித்துக் கொண்டிருந்தார்கள்.

'ப்ராஜக்ட் நடக்கறபோது ஒவ்வொரு கட்டத்திலும் அதோட முன்னேற்றத்தைத் துல்லியமாகக் கணக்கிட, திட்டமிட்டதை விடச் செலவு கூடுதலாகும் போது அதன் பின்விளைவுகளை அனுமானிக்க, தேவையில்லாத செலவைச் சுருக்கி, ப்ராஜக்ட் வழிமுறைகளை சீராக்க, இப்படி எத்தனையோ விதத்துலே இது பயனாகும். இதெல்லாம் நிதிக் கட்டுப்பாட்டு (Project Cost Control) செயல்கள். இது மூலம் ப்ராஜக்ட் எப்படி முன்னேறி என்ன மாதிரி முடியும்கிறதுபோல செண்ட் பர்செண்ட் பலிக்கும் ஆரூடம் கூடச் சொல்ல முடியும் (Trend Analysis and Forcasting)', என்றாள் முதல் சிஷ்யை.

குருவின் கார் லொடலொடவென்று பெருமூச்சு விட்டுக் கொண்டு வரும் சத்தம். அதைவிடச்

சத்தமாக மூச்சு வாங்கியபடி நுழைந்த குரு கையில் வழக்கமாகக் குடியிருக்கும் கோப்பை யோடு அறிவித்தார்: 'அடுத்து எடுத்துக்கறது ப்ராஜக்ட் தர நிர்வாகம் ஆன ப்ராஜக்ட் க்வாலிட்டி மேனேஜ்மெண்ட் (Project Quality Management). எந்தக் குறிக்கோளோடு ப்ராஜக்ட் தொடங்கப்பட்டதோ அது முழுக்க நிறைவேற எடுக்கப்பட வேண்டிய தர நிர்ணய வழிகள், நிர்ணயிக்கும் பொறுப்பு, தரத்தை உறுதி செய்யறது இதெல்லாம் இந்த நிர்வாகப் பகுதி சார்ந்தவை.' குரு தொடர்ந்தபோது, குறுக்கிடாமல் கேட்டுக் கொண்டிருந்தார்கள் சிஷ்யர்கள்.

தரத்தைத் திட்டமிடுறது (Quality Planning), தர உறுதி (Quality Assurance), தரக் கட்டுப்பாடு (Quality Control) இப்படி தர நிர்வாகத்தைப் பொதுவாக மூணு செயல்முறைகளாகப் பிரிக் கறது வழக்கம்.

தர நிர்வாகத்துக்கு அடிப்படை அகில உலகத் தர மதிப்பீட்டு நிறுவனம் (International Standards Organization & ISO) போன்ற பெரும் பெயர் பெற்ற நிறுவனங்களின் தர நிர்ணய வழிமுறை கள். கோடம்பாக்கத்து சாப்ட்வேர் கம்பெனியா, கோயம் பேட்டை பஸ் ஸ்டாண்டா, பன்னாட்டு வங்கியா, பாண்டி பஜார் ஓட்டலா, எந்த விதமான இயங்குமுறைக்கும் சீரான செயல் பாட்டு வழிமுறைகள் உள்ளனவா என்று பரிசோதித்து வழங்கப் படும் ஐ.எஸ்.ஓ சான்றிதழ் இப்போது எல்லாத் தொழிலிலும் இன்றியமையாததாக ஆகிவிட்டது.

தர நிர்ணய குரு டெமிங் (Deming) பற்றிக் கேட்டிருக்கீங்களா? அந்த மகானின் போதனைகளுடைய சாரம் இதுதான்: திட்டமிடு - நிறைவேற்று - சோதனை செய் - குறை களையச் செயல்படு (Plan-Do-Check-Act). தர நிர்வாகத்தைச் சிறப்பாகச் செய்ய முற்படும் ப்ராஜக்ட் மேனேஜர்கள் தினசரி ஒரு முறையாவது மனத்துக்குப் பிடித்த திசையைப் பார்த்தபடி நின்று ஜெபித்துக் கடைப்பிடிக்க வேண்டிய தாரக மந்திரம் இது.

இது தவிர, தரநிர்ணய குருமார்களான ஜுரன், க்ராஸ்பி போன்ற வர்களின் அருள்வாக்குகள், தரம் என்றாலே நினைவு வரும் ஜப்பானியர்கள் உருவாக்கிய தரத்தை மேம்படுத்தும் முறை களான தர வளையம் (Quality Circle), சிறுசிறு முன்னேற்றங்களின் மூலம் பெருவெள்ளமாக மாற்றத்தை உருவாக்கும் கெய்சென் (KaiZen), தற்போதையப் பிரபல தர நிர்ணய முறையான சிக்ஸ்

சிக்மா போன்றவற்றின் செயல்பாட்டு முறைகளும் ப்ராஜக்ட் தர நிர்வாகத்துக்கு உறுதுணையானவை.

தரநிர்வாகத்தில் ப்ராஜக்ட் மேனேஜரின் பங்கு சவாலானது.

வாடிக்கையாளர் கோரிக்கையை எல்லாம் துல்லியமாக நிறைவேற்றித்தர, கடுமையான தரக்கட்டுப்பாடுகளோடு ப்ராஜக்ட்டில் உழைப்பவர்களை கசக்கிப் பிழிந்து வேலை வாங்கி, அவர்கள், 'போய்யா நீயும் உன் ப்ராஜக்டும்! ப்ராஜக்ட் மேனேஜரும் நீரோ? உலகத்தில் ஒரே ப்ராஜக்ட் உம்முடையதோ? உம்மையறிந்தோ டாட் நெட், சிஷார்ப் மென்பொருள்கோடிங் படித்தோம்? அடுத்த கம்பெனி அழைக்குது. டாட்டா' என்று சொல்லிக் கிளம்பிப் போனால், முதலுக்கே நஷ்டம்.

எல்லோருக்கும் நல்லவராக, அவ்வப்போது சின்னச் சின்னதாகக் குறை தெரியும்போது கண்டுக்காமல், கண்டிக்காமல், சரிப்படுத் தாமல் விட்டால், பின்னால் அது பூதாகாரமாகக் கிளம்பி ப்ராஜக்டையே கவிழ்த்துடும்.

நிதானம், கரிசல் காட்டு விவசாயி போல அடிப்படைப் பகுத்தறிவு, எந்தச் சவாலையும் சமாளிச்சு குழுவை வழிநடத்துற திறமை இதெல்லாம் இருந்தால் வெற்றிமீது வெற்றி வந்து உங்களைச் சேரும்.

ப்ராஜக்ட் உருவாக்கின மென்பொருளோ, கட்டடமோ, புதுக் காரோ அததுக்குன்னு ஏற்படுத்தின தேவைகளின்படி அமைய ணும். உருவான அந்தப் பொருளோ, சேவையோ உபயோகிக்கத் தகுந்ததாக இருக்கணும். தர நிர்வாகத்தின் ரெண்டு முக்கியக் குறிக்கோள்கள் இவை (Confirmance to requirement and Fitness to use).

தர நிர்வாகத்தில் முக்கியமானது குறையொன்றும் ஏற்படாமல் முன்கூட்டி நடவடிக்கை எடுப்பது. வேலை நடந்து முடிஞ்ச பிறகு குற்றம் குறை இருக்கான்னு சோதனை செய்வதைவிட இது மேலானது (Prevention over inspection).

தர நிர்வாகம் வெற்றியடைய ப்ராஜக்ட்டை ஏற்று நடத்தும் நிறுவனம் அதன் ஊழியர்களுக்குப் பக்கபலமாக இருப்பதும், தரத்துக்கான பொறுப்பை நிறுவனரீதியாக மேற்கொள்வதும் (Management Responsibility) தேவை.

தரம் என்றால் ஜப்பானியர்கள், ஜப்பானியர்கள் என்றால் தரம் என்று சொன்னேனே, ஒரு கதை நினைவுக்கு வருது.

ஒரு அமெரிக்க நிறுவனம் லட்சக் கணக்கில் கார் பாகங்களைச் செய்து அனுப்ப ஒரு ஜப்பானியக் கம்பெனிக்கு ஆர்டர் கொடுத்திருந்தது. ஆர்டரில் ஒரு ஷரத்து தரக் கட்டுப்பாடு பற்றியது. ஒரு லட்சம் பாகங்கள் நீங்கள் செய்து அனுப்பினால் அதில் இரண்டு மட்டுமே சரியாக வேலை செய்யாமல் இருக்கலாம். ஆக, மீதி தொண்ணூற்று ஒன்பதாயிரத்து தொள்ளாயிரத்துத் தொண்ணூற்றெட்டும் சரிவர இயங்கியாக வேண்டும் என்ற கண்டிப்பான எதிர்பார்ப்பை மறைமுகமாக வலியுறுத்தியிருந்தார்கள்.

ஜப்பானில் உற்பத்தி முடிந்து பிரம்மாண்டமான பத்து சரக்கு மூட்டைகளும், கூடவே சின்னதாக ஒரு பார்சலும் வந்து சேர்ந்தது. பார்சலோடு இருந்த கடிதம் சொன்னது.

'அன்புடையீர், எங்கள் ஜப்பானியக் கம்பெனிக்கு கார் உதிரிப் பாகங்கள் தயாரிக்க ஆர்டர் கொடுத்ததற்கு மிக்க நன்றி. பத்து லட்சம் பாகங்களை உருவாக்கிச் சோதனை செய்து பத்து பொதிகளாக அனுப்பியிருப்பதைப் பெற்றுக் கொள்ளவும். உங்கள் ஆர்டர் எங்களுக்குச் சரியாகப் புரியாதிருந்தால் எங்களை மன்னிக்கவும். ஒரு லட்சத்துக்கு இரண்டு வீதம் குறையுடைய பாகங்களும் தேவை என்று குறிப்பிட்டிருந்தது எதற்கு என்று விளங்கவில்லை. என்றாலும், நீங்கள் கேட்டபடி குறையுள்ளதாகக் கவனமாகத் தயாரித்து, இந்தப் பார்சலில் இருபது பாகங்களைத் தனியாக அனுப்பியிருக்கிறோம். வந்து சேர்ந்ததற்குக் கடிதம் எழுதவும்.'

21

மீன் எலும்பு வரைபடம்

தர நிர்வாகம் பற்றிக் குரு தொடர்ந்தார்.

தரத்தைத் திட்டமிடறது (Quality Planning) எந்த எந்தத் தர மதிப்பீடுகளை (ஸ்டாண்டர்ட்ஸ்) பயன் படுத்துவதுன்னு தீர்மானிப்பதில் தொடங்கும். எதிர்பார்க்கப்பட்ட செலவை விடப் பத்து பர்செண்ட்டுக்கும் கூடுதலாக ஒரு வேலைக்குச் செலவானால் குறிப்பிட்ட நடவடிக்கை எடுக் கணும்னு வச்சுப்பாங்க. அதேபோல், எஸ்டி மேட்டுக்கு இருபது சதவிகிதத் துக்குமேல் வேலை நடக்கற காலம் நீண்டுபோனால் இன்னொரு நட வடிக்கை எடுக்கப்படணும்னு ஏற்படுத்திப்பாங்க. இப்படி கீழ்மட்ட எல்லைகளை (Thresholds) தீர்மானிப்பது, திட்டமிடு வதின் முதல்படி. ப்ராஜக்ட் உற்பத்தி செய்யற பொருளோ சேவையோ இந்த அளவுக்கு இயங்கினால்தான் அது திருப்தி கரமாக இருக்கறதாக ஏற்றுக்கொள்ளலாம் என்பதுபோல் நிர்ணயங்களை (Acceptance Criteria) உருவாக்கறதும் இதில் அடங்கும்.

வெற்றிகரமாக நடந்து முடிந்த வேறொரு ப்ராஜக்டில் பிளான் போட்டதுக்கும் நடந்ததுக்குமான வித்தியாசத்தை லட்சிய அளவாகக் கொண்டு (Benchmark) எடுத்துக்கொண்ட ப்ராஜக்டின் செயல்பாடுகளை அதோடு ஒப்பிட்டுக் கணக்கிடுவது தரத்துக் கான திட்டமிட ஒரு நல்ல வழி.

தரவிலை (Cost of Quality) என்ற ஒரு கோட்பாட்டையும் அறிந்து கொள்வது அவசியம். ப்ராஜக்ட் தேவைகளுக்கு ஏற்ப உரு வாக்கிய பொருள் இருக்கான்னு உறுதிப்படுத்த செய்யற சோதனைகள், தரக் கட்டுப்பாட்டுக்கான மற்ற செலவுகள், ப்ராஜக்ட் உறுப்பினர்களுக்குப் பயிற்சி தருவது போன்ற தடுப்புச் செலவுகள் (Cost of Prevention) இதில் அடங்கும். தரமில்லாத காரணத்தால் ஏற்றுக்கொள்ளப்படாதுபோன வேலைகளைத் திரும்பச் செய்யச் செலவிடும் தொகையும் (Cost of Rework) தரவிலையைக் கணக்கிடும்போது சேர்த்துக்கொள்ளப்படும். காஸ்ட் ஆப் ரீவொர்க் குறைவாகவும், காஸ்ட் ஆப் ப்ரிவென்ஷன் அதைவிட அதிகமாகவும் இருந்தால் ப்ராஜக்ட் நல்ல முறையில் முன்னேறுதுன்னு அர்த்தம். தரவிலை குறையக் குறைய, ப்ராஜக்ட் சிறந்த தரத்தை எட்டியிருக்கறது சொல்லாமலேயே விளங்கும்.

தரத்தை இப்படித் திட்டமிடும்போது நிர்ணய அளவைகள் (Project Metrics), தர உறுதிக்கான சோதனைப் பட்டியல்கள் (Check Lists), வழிமுறைகளைச் செம்மைப்படுத்தும் திட்டம் (Process Improvement Plan) இதெல்லாம் ஏற்படுத்தப்படும்.

தர நிர்வாகத்தின் அடுத்த வழிமுறை தர உறுதிசெய்தல் (Quality Assurance). ஏற்படுத்தப்பட்ட நடவடிக்கைகளைக் கைக் கொள்றது மூலம் ப்ராஜக்ட்டின் தரம் எப்போதும் மேலான நிலையில் இருக்கான்னு அடிக்கடி பரிசோதித்து, நிர்வாகத்தினருக்கும், ப்ராஜக்ட் குழுவுக்கும், சம்பந்தப்பட்டவர்களுக்கும் ப்ராஜக்ட் நல்லா நடக்குதுன்னு நம்பிக்கை அளிக்கறது இது.

ப்ராஜக்ட் நிறுவனங்களில் தர உறுதி செய்வதற்கு என்றே தனியான துறை ஒன்று இருக்கும். நிறுவனத்துக்கு வெளியே இருந்து தக்கவர்களைக் கூப்பிட்டு இந்தத் தர உறுதிப்பணியை அவங்க பொறுப்பில் விடறதும் உண்டு. தர உறுதி யாரால் செய்யப்பட்டாலும், தரம் பற்றிய அறிவிப்பாளர்களாகச் செயல்படறதோடு, தொடர்ந்து ப்ராஜட் வழிமுறைகளைச்

சீரமைப்பது மூலமாகத் தரத்தை நல்ல நிலையில் வைத்திருக்கவும் இதில் ஈடுபட்டவங்க முனைப்பாகச் செயல்படுவாங்க.

ப்ராஜக்ட் நடக்கும்போது பல கட்டங்களில் தர ஆய்வு செய்வது (Quality Audit) இவங்களோட முக்கிய வேலை. ப்ராஜக்டோடு சதா சம்பந்தப்பட்டிருந்தாலும் இவங்க ப்ராஜக்ட் குழுவை விட்டு விலகியே இருக்கறது விருப்பு வெறுப்பு இல்லாமல் கடமையைச் செய்ய வழிசெய்யும்.

தர நிர்வாகத்தின் அடுத்த வழிமுறைதான் தரக்கட்டுப்பாட்டைச் செயல்படுத்துதல் (Perform Quality Control). தர ஆய்வுகள் மூலம் கிடைத்த ப்ராஜக்ட் நிலவரத் தகவல்கள், ப்ராஜக்ட் உற்பத்தி செய்யும் பொருள் அல்லது சேவையைப் பல கட்டங்களில் சோதிப்பதின் மூலம் பெற்ற தர அளவுகள் (metrics) இவற்றை அலசி ஆராய்ந்து, தரத்தை மேம்படுத்தறதுக்கான செயல்பாட்டை ப்ராஜக்ட் குழுவினரின் முழு ஒத்துழைப்போடு நிறைவேற்றுவது இது.

சோதித்தல் என்பது அணுஅணுவாக ஒவ்வொரு விஷயத்தையும் பரிசோதித்துப் பார்ப்பது இல்லை. அதற்கு ஏகப்பட்ட காலமும், உழைப்பும், கூடுதலான செலவும் வேண்டியிருக்கும். தேர்ந்தெடுத்துச் சில தரநிர்ணய சோதனைகளைச் செய்வது மூலமாக (Sampling) சிரமமின்றி தரத்தைக் கண்டறிய அனுபவசாலிகளால் முடியும்.

குறை கண்டுபிடிச்சா மட்டும் போதாது. அது ஏன் ஏற்பட்டதுன்னும் பார்க்கணும். மென்பொருள் நிறுவனங்களில் உருவாகிற சாப்ட்வேர், சோதனை செய்யப்பட்டுக் குறைகள் பட்டியலிடப்பட்டதும், இஷிகவா வரைபடம் (Ishikawa Diagram) என்பதைப் போடுவாங்க. இந்த இந்தக் குறை இந்த இந்தக் காரணங்களால் ஏற்பட்டது என்று குறிப்பிட உபயோகிக்கிற இந்த வரைபடத்தை மீன் எலும்பு வரைபடம் (Fishbone Diagram) அப்படின்னு சொல்றதும் உண்டு.

இந்தக் காரண - விளைவு ஆய்வு (Cause-Effect Analysis) பல நேரங்களில் திரும்பத் திரும்பச் சில காரணங்களையே சுட்டிக் காட்டலாம். உதாரணமாக 'தேவை புரியவில்லை' அப்படிங்கிற காரணம் பல குறைகளுக்கும் பொதுவானதாக வந்தால், ப்ராஜக்ட் குழுவினர் எல்லோரும் உடனடியாக அத்தியாவசியமான

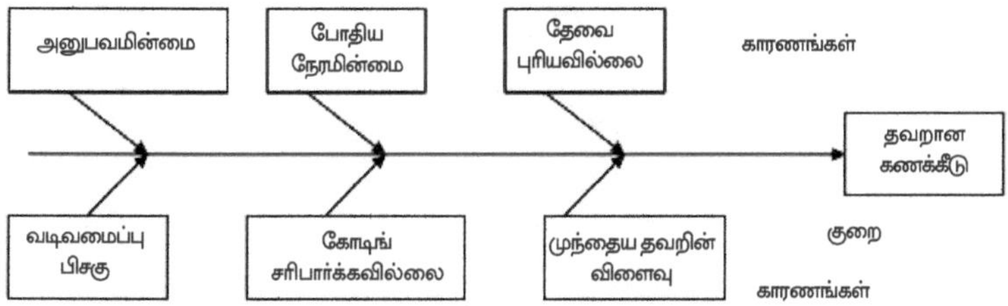

அறிவைப் பெற, வல்லுனர்களை வைத்து வகுப்பு எடுக்க வேணும்.

இப்படிப் பெரும்பாலான குறைகளுக்குப் பொதுவான காரணத்தை ஆராய்ந்து அதை நீக்குவது பாரீடோ ஆய்வுமுறை (Pareto Analysis). இருபது சதவிகிதம் காரணங்களே எண்பது சதவிகிதம் குறைகளுக்குக் காரணம் என்கிறது அறிவாளிகளின் அனுபவமொழி. ஆகவே, இந்தச் சில காரணங்களை நீக்கினால் தரம் ஜிவ்வுன்னு மேலே மேலே ஏறும்.

22

ப்ராஜக்ட் மனித வள நிர்வாகம்

டிஜிட்டல் குரு அடுத்த பாடத்தைத் தொடங்கினார்.

இன்னிக்கு நாம் எடுத்துக் கொள்ளப்போறது ப்ராஜக்ட் மனித வள நிர்வாகம் (Project Human Resource Management). ப்ராஜக்ட் குழுவை ஏற்படுத்தி வழிநடத்திப் போறதுக்கான செயல்பாடெல்லாம் இதில் இடம்பெறும். குழுவில் ஒவ்வொருத்தரும் வகிக்க வேண்டிய பங்கு, பொறுப்பு இதெல்லாம் வரையறுக்கப்பட்டு அறிவிக்கப்படும். ப்ராஜக்ட் குழுவினரில் அவ்வப்போது மாற்றம் ஏற்படலாம். சிலர் வெளியேற மற்ற சிலர் புதுசா உள்ளே வருவாங்க. எல்லோருக்கும் ஒரே மாதிரியான திறமையும் அனுபவமும் இருக்க முடியாதுங்கறது கவனத்தில் கொள்ளவேண்டிய ஒண்ணு.

ப்ராஜக்ட் குழுவின் ஆரம்ப உறுப்பினர்கள், ப்ராஜக்ட் மேனேஜரோடு ஒத்துழைத்து வேலைப் பகுப்பு அமைப்பை (Work Breakdown Structure) உருவாக்குவாங்க. அடுத்து மற்ற உறுப்பினர்கள் ப்ராஜக்ட் குழுவில் சேருவாங்க.

இந்த நிர்வாகப் பிரிவுக்கு நாலு செயல்முறை (Process) இருக்கு. மனித வளத்தைத் திட்டமிடுறது (Human Resource Planning), ப்ராஜக்ட் குழுவை அமைக்கறது (Acquiring Project Team), குழுவின் முன்னேற்றத்துக்கான நடவடிக்கை எடுக்கறது (Develop Project Team), அப்புறம் குழுவை நிர்வகிக்கறது (Manage Project Team).

மனித வளத்தைத் திட்டமிடுறதான முதல் செயல்முறைக்கு நிறுவனத்தில் எந்த எந்தத் துறைகளிலிருந்து ப்ராஜக்ட் குழுவினரைத் தேர்ந்தெடுக்கணுமோ, அந்தத் துறைகளுக்கு உள்ளே இருக்கும் முறை சார்ந்த மற்றும் சாராத உறவு (Formal and Informal Relationship) பற்றித் தெரிஞ்சிருக்கறது அவசியம்.

உதாரணமாச் சொன்னால், வங்கித் துறைக்கான மென்பொருள் உருவாக்கற ப்ராஜக்ட் என்றால், அதில் வங்கித் துறை வல்லுனர்களும், கம்ப்யூட்டர் துறைத் திறமைசாலிகளும் கலந்து இடம் பெறவேண்டியது அவசியம். இந்த ரெண்டு துறையினரும் நிறுவனத்தின் வேறுவேறு டிபார்ட்மெண்ட்களிலே வேலை பார்க்கறாங்கன்னு வச்சுப்போம், அப்போ மேற்படி டிபார்ட்மெண்ட்களுக்கு நடுவிலே இருக்கப்பட்ட நித்தியப்படி வேலை சம்பந்தமான கொள்வினை - கொடுப்பினை வழிமுறைகள் தெரிஞ்சிருந்தால், குழுவை அமைக்கறபோது பொறுப்புகளை நிர்ணயிக்கச் சிரமமில்லாமல் இருக்கும். ஒரே பிரிவில் வேலை பார்க்கறவங்கன்னாலும், அவங்களுக்கு இடையேயான நட்பு, முந்திய கசப்பான நிகழ்வு ஏதாவது இருக்கா - இப்படியான விவரம் தெரிஞ்சிருந்தால், சண்டை சச்சரவில்லாத எப்பவும் மகிழ்ச்சியான ப்ராஜக்ட் குழுவை உருவாக்கலாம்.

நான் நாட்டாமை செஞ்ச ஒரு ப்ராஜக்டிலே புது டீம் மெம்பரா யாரை எடுக்கலாம்னு ஆரம்ப உறுப்பினர்களோடு ஆலோசித்துக் கொண்டிருந்தபோது, அங்கே வேலை பார்க்கற ரொம்ப திறமைசாலியான ஒரு கன்னிகையை அந்த ப்ராஜக்டில் நியமிக்க வேண்டாம்னு உறுதியாகச் சொன்னான் ஒரு இளைஞன். வெளிநாட்டில் கொஞ்ச நாள் போய் வேலை பார்க்கற வாய்ப்பு கூடி வரும் பொறுப்பு அது. ஏன் அந்தப் பெண்ணுக்குக் கிடைக்கக் கூடாதுன்னு அடம் பிடிக்கறேப்பான்னு கேட்டேன். பையன் பதிலே சொல்லலே. ஆனா நாலு மாதம் கழிச்சு ஒரு கல்யாணப் பத்திரிகையை பிள்ளையாண்டான் நீட்டினான் பாரு, அப்பத்தான் விஷயமே புரியவந்தது. அந்தப் பெண்ணைக் காதலிச்சுக்

கல்யாணம் செஞ்சுக்கப் போறானாம் நம்மாள். கல்யாணம் ஆன கையோடு வீட்டுக்காரியை மட்டும் வெளிநாட்டுக்கு அனுப் பிட்டு இங்கே தனியாக் கிடந்து ஏங்க அவனுக்குப் பைத்தியமா என்ன?

ப்ராஜக்ட் குழுவில் பல மாநிலங்களிலேருந்து வந்தவங்க இடம் பெற்றிருக்க வாய்ப்பு உண்டு. இவங்க வெவ்வேறு மதம், மொழி, கலாசாரம் உள்ளவங்களாக இருக்கலாம். உலகளாவிய ப்ராஜக்ட்களில், ரெண்டு அல்லது மூணு நாடுகளைச் சேர்ந்த குழு உறுப்பினர்கள் இடம்பெறலாம். கலாசாரச் சூழல்களை, இனங்களோட தனித்தன்மைகளை, நம்பிக்கைகளைப் பற்றி எல்லாம் ப்ராஜக்ட் நிர்வாகி ஓரளவாவது தெரிஞ்சு வச்சிருந்தால், மொழி இனம் மாதிரியான விஷயங்களில் பிரச்னை எழாமல் அவங்களை எல்லாம் வழி நடத்தி எல்லோரும் ஒற்றுமையாக உழைத்து ப்ராஜக்டை வெற்றிபெற வைக்கலாம்.

தொழிற்சங்கங்கள் செயல்படுகிற துறைகளில், ப்ராஜக்ட் குழு உறுப்பினர்கள் வேலை செய்யற காலம், ஓவர் டைம், விடு முறைச் சலுகைகள், ஊதிய உயர்வு பற்றியும் தொழில்துறை உடன்பாடுகளைப் பற்றியும் ப்ராஜக்ட் நிர்வாகி அறிந்து வச்சிருக் கணும். நிறுவனத்தில் யார், யாருக்குக் கீழ் பணியாற்றுகிறாங்க என்கிற விவரமும் (Reporting Relationship) தெரிஞ்சிருக்க வேண்டியது அவசியம்.

புதுசா வேலைக்கு ஆள் எடுக்கத் தடையேதும் உண்டா, டிரெயினிங் செலவு எவ்வளவு அனுமதிக்கப்படும், வேலை விஷயமாகப் பயணம் செய்யறபோது தரவேண்டிய பயணப்படி எவ்வளவு - இது மாதிரியான தகவல்களும் தேவை.

இப்படிப் பலதையும் கவனத்திலே வச்சுக்கிட்டு ப்ராஜக்ட் மனித வளத் தேவைகளைத் திட்டமிடணும். வரப்போற உறுப்பினர் களுக்கான வேலைத் திட்டம், பொறுப்பு, அவங்களோட திறமை (Competency) இந்த ப்ராஜக்டுக்காகக் கொஞ்சம் புதுப்பிக்கப் படவோ மேம்படுத்தப்படவோ வேண்டி இருந்தால் அதற்கான திட்டம் இதையெல்லாம் அட்டவணைப்படுத்தணும். ஒவ்வொரு குழு உறுப்பினரும் ப்ராஜக்ட் குழுவில் எந்த நாளில் வந்து சேருவாங்க, என்ன மாதிரியான பயிற்சி அவங்களுக்குத் தரப்படும், எத்தனை நாள், மாசம் வேலை பார்ப்பாங்க, தினப்படி எத்தனை மணிக்கு வேலைக்கு வந்து எப்பப் போகணும், அவங்க

செய்யற வேலையை யார் மேற்பார்வை செய்வாங்க, பொறுப்பு நிறைவேற்றி முடிச்சதும் அவங்க ப்ராஜக்ட் குழுவிலிருந்து எப்போ வெளியேறுவாங்க - இப்படியான விவரங்களையும் கவனமாகத் தொகுக்க வேணும். இது மட்டுமில்லே, சிறப்பாகப் பணி புரிந்தால் அதைக் கணக்கில் எடுத்து என்ன மாதிரியான வெகுமதிகள் அளிக்கப்படும் (Recognition and Rewards) என்பதும் தீர்மானிக்கப்பட்டு திட்டத்தில் குறிச்சு வைக்கப்படணும்.

அடுத்து செயல்முறை ப்ராஜக்ட் குழு அமைக்கறது (Acquiring Project Team). மனித வளத் திட்டமிட்டபடி, ப்ராஜக்ட் நடைபெற உறுப்பினர்களைப் பெறுவது இது. ப்ராஜக்டின் தேவைகளுக்குத் தகுதியானவர்களாக நிறுவனத்தில் இருக்கும் ஊழியர்கள் யார் யார் அல்லது வெளியே இருந்து ஆள்பிடிக்கணுமா என்ற விவரம் ப்ராஜக்ட் நிர்வாகிக்கு அளிக்கப்படும். ஒவ்வொருவரும் கிடைக்கக் கூடிய சாத்தியம் (Availability), திறமை (Ability), அனுபவம் (Experience), இந்த ப்ராஜக்டில் சேர அவங்களுக்கு ஆர்வம் (Interest), அவங்களை ப்ராஜக்ட் குழுவிலே சேர்த்தால் சம்பளம், போனஸ், ஓவர்டைம்னு கொடுக்க வேண்டிய தொகை (Cost) இதையெல்லாம் சீர்தூக்கிப் பார்த்து உறுப்பினர்களை ப்ராஜக்ட் நிர்வாகி கவனமாகத் தேர்ந்தெடுக்கறது வழக்கம்.

சில முக்கிய ப்ராஜக்ட்களில் ப்ராஜக்ட் தொடங்கறதுக்கு முன்கூட்டியே, இந்த இந்த வல்லுனர்கள் கட்டாயம் இடம் பெறணும்னு ப்ராஜக்ட் மனித வளத் திட்டத்தில் குறிக்கப்பட்டு அவங்க சேருவாங்க (Pre-assignment). இன்னும் சில வல்லுனர் கள் வேறு ப்ராஜக்ட்களில் இருக்கலாம். வேறு தகுந்த நபரைக் கொடுத்து அவங்களை இந்தப் ப்ராஜக்டுக்கு வரவழைக்க, அடுத்த ப்ராஜக்ட் மேனேஜரோடு கலந்து பேசி உடன்படச் செய்யறதும் உண்டு (Negotiation). இதுக்கு, முன்னாலே ஒரு வகுப்பிலே சொன்னேனே, பேச்சு வார்த்தை மூலம் காரியத்தைச் சாதிக்கற சாமர்த்தியமும், ப்ராஜக்ட் மேனேஜருக்குத் தேவை.

23

ராம் அட்டவணை

டிஜிட்டல் குரு ப்ராஜக்ட் மனிதவள நிர்வாகம் பற்றிய வகுப்பைத் தொடர்ந்தார்.

ப்ராஜக்ட் குழு ஏற்படுத்தினதும், வேலைப் பகுப்பு அமைப்பில் (Work Breakdown Structure) குறிச்சிருக் கிற ஒவ்வொரு பகுதிக்கும் நியமிச்ச தம்பி தங்கச்சிகளுக்குக் கொடுத்திருக்கிற பணியை ஒரு வரைபடமாக்கி வச்சுக்கலாம். அப்ப, யார் எங்கே எதைச் செய்யறாங்க என்கிற தகவல் நிர்வாகியின் விரல் நுனியில் இருக்கும். நிர்வாகம் செய்யறதுக்கு முக்கிய உதவியான இந்த ஈசியான வரைபடத்துக்கு ராம் அட்டவணைன்னு பேரு. Responsibility Assignment Matrix என்கிறதோட முதல் எழுத்துக்களைச் சேர்த்தால் RAM. ராம் ராம்!

(குரு கரும்பலகையில் வரைந்து காட்டிய ராம் அட்டவணை இது.)

செயல்	வேலைப்பகுதி 1 - குழு உறுப்பினர்				
	சங்கரன்	சுலைமான்	மோகனா	பகவதி	ராபர்ட்
தேவையறிதல்	பொறுப்பு	உரிமை	அறிவிப்பு	ஆலோசனை	பொறுப்பு
வடிவமைப்பு	உரிமை	பொறுப்பு	பொறுப்பு	அறிவிப்பு	ஆலோசனை
உருவாக்குதல்	அறிவிப்பு	ஆலோசனை	பொறுப்பு	ஆலோசனை	பொறுப்பு
சோதனை	பொறுப்பு	பொறுப்பு	பொறுப்பு	உரிமை	ஆலோசனை

உதாரணமாக இந்த ராம் அட்டவணையை எடுத்துக்கலாம். பத்து பதினைந்து வேலைப்பகுதிகள் இருக்கப்பட்ட இந்த ப்ராஜக்டில் முதலாவது வேலைப்பகுதிக்கு ஐந்து குழு உறுப்பினர்களை நியமிச்சிருக்குது. இந்தப் பகுதியிலே தேவை அறியறது, வடிவமைப்பு, உருவாக்கறது, உருவாக்கினதைச் சோதனை செய்யறது ஆகிய செயல்கள் வேலைப் பகுப்பு அமைப்புப்படி செய்யப்பட வேண்டியவை.

தேவையறிதலுக்கு சங்கரனும் ராபர்ட்டும் வழிநடத்தி முடித்துக்கொடுக்கும் பொறுப்பை (Responsibility) ஏத்துப்பாங்க. பகவதி, வேலைக்கான ஆலோசனையை (Consultancy) உறுப் பினர்களுக்கு வழங்குவாங்க. மோகனா எப்படி இந்தப் பணி முன்னேறுதுன்னு குழுவுக்கும், வாடிக்கையாளருக்கும், நிர்வாகத்துக்குமான நிலவர அறிக்கைகளை கலவரப்படாமல் உருவாக்கி அறிவிப்பாங்க (Inform). சுலைமான் இந்தச் செயலுக்கு உரிமையாளர். அதன் வெற்றி தோல்வி பற்றி அவரே பதில் சொல்லக் கடமைப்பட்டவர் (Accountability). இப்படி ஒவ்வொரு செயலுக்கும் நியமிக்கப்பட்டிருக்கு.

குழுவின் முன்னேற்றதுக்கான நடவடிக்கை எடுக்கற செயல் முறைக்கு (Develop Project Team) அடுத்தபடி கடந்து போகலாமா ராம்-ரஹீம்-ராபர்ட்களே?

பயிற்சியளிக்கறது (Training) குழு முன்னேற்றத்துக்கு முக்கிய மான செயல்பாடு. நிர்வாகம், தொழில்நுட்பம் மாதிரியான துறைகளில் குழு உறுப்பினர்களின் அறிவைச் சற்றே மேம்படுத்த வேண்டிய சூழ்நிலை ப்ராஜக்ட் நடக்கும்போது ஏற்படலாம். தொழில்நுட்பம் அசுர வேகத்தில் வளரும் காலம் இல்லையா இது? அதனாலே, அவ்வப்போது பயிற்சி கொடுத்தால்தான் குழுவினரின் அறிவுக்குள்ளே புதியன புகுந்திருக்கும். இந்தப் பயிற்சியானது வகுப்பு நடத்தி மட்டும் தரப்படறதில்லை.

வேலையைச் செய்ய நியமிக்கப்பட்ட போதே, எப்படிச் செய்யணும்னு பக்கத்திலேயே உட்கார்ந்து சொல்லித் தந்து செயல்பட வைக்கறது (On the job training), தேவையான புத்தகங்களை நிறுவன நூலகத்தில் வாங்கிவச்சு, 'படிடா தம்பி படி!'ன்னு படிக்கத் தூண்டுறது, ப்ராஜக்ட் மேனேஜ்மெண்ட் இன்ஸ்டிட்யூட் (PMI) வைக்கிற ப்ராஜக்ட் மேனேஜ்மெண்ட் ப்ரொபஷனல் (PMP) பரீட்சைக்குத் தயார் செய்து எழுதி, பட்டம் வாங்க பரீட்சை கட்டணமும், அவகாசமும், நிறைய மார்க் எடுத்து பாஸ் பண்ணினா வெகுமதியும் அளித்துத் தூண்டுறது - இப்படிப் பலவிதத்திலும் இது இருக்கும்.

குழுவினர் எப்படி வேலை பார்க்கிறாங்கன்னு கவனமாகப் பார்த்து, இன்னாருக்கு இந்தப் பயிற்சி அளிக்கப்படணும்னு முடிவெடுக்கறதும் உண்டு. வாடிக்கையாளரோடு இங்கிலீஷில் பேச ஒரு உறுப்பினர் சிரமப்பட்டால், அவருக்கு ஆங்கில உரையாடல் நடத்தறது எப்படீன்னு பயிற்சியளிப்பது மாதிரி யான மென் திறன் (Soft Skills) பயிற்சிகளும் இதில் அடக்கம். வேற்று நாடுகளுக்கு ப்ராஜக்ட் வேலைக்காக குழு உறுப்பினர் கள் போய் அங்கேயிருந்து பணியாற்ற வேண்டி வரும்போது, அந்தந்த நாட்டுக் கலாசாரம், பழக்க வழக்கங்கள், நாகரிகம் பற்றி அளிக்கப்படுகிற கலாச்சார அறிவுறுத்தலும் (Cultural Sensitization) மென் திறன் பயிற்சியின் அங்கமாகும்.

குழு உறுப்பினர்கள் எல்லோரையும் அவ்வப்போது வெளியே விருந்துக்காக இல்லே உல்லாசப் பயணமாக அழைச்சுப் போறது, குழுவாகச் செயல்பட உத்வேகம் தரும் கிரிக்கெட், கால்பந்து மாதிரி விளையாட்டுகளில் ஈடுபடச் செய்யறது இப்படியான குழுக்கட்டமைப்பு (Team Building) செயல்களும் இதில் அடக்கம்.

உறுப்பினர்கள் எல்லோருமே ஒரே இடத்தில் இருந்து (Co-location) வேலை செய்ய முடியுமானால் குழு உணர்வு மேம்பட வாய்ப்பு உண்டு. சிறப்பாகச் செயல்படுகிற உறுப்பினர்களை ஊக்குவிக்கப் பரிசுகள் கொடுக்கலாம் (Recongnition and Rewards). இது மூலம் அவங்களை உற்சாகப்படுத்தறதோட மட்டுமில்லாம, மத்தவங்களையும் அதே போலத் துடிப்பா, துருதுருன்னு செயல் படத் தூண்ட முடியும்.

ப்ராஜக்ட் மனிதவள நிர்வாகத்தின் கடைசிச் செயல்முறை, ப்ராஜக்ட் குழுவை நிர்வகிக்கறது (Manage Project Team).

ப்ராஜக்ட் மேனேஜர் ஒவ்வொரு உறுப்பினரின் செயல்பாட்டையும் ஈடுபாட்டோடு கவனிக்கணும் (Observation). அவரோட தேவைகளை அறிந்து, பிரச்னை இருந்தால் அந்த உறுப்பினரை அழைத்துப் பரிவோடு உரையாடுறதும் (Conversation) ப்ராஜக்ட் குழுவை நிர்வகிக்க முக்கியமான தேவை. குழு உறுப்பினர்களோட செயல்பாட்டை அவ்வப்போது மதிப்பிட்டு (Project Performance Appraisal) அவங்களுக்கான ஊதிய உயர்வு, பதவி உயர்வு, வெகுமதி, பயிற்சி நடவடிக்கைகள் மாதிரியான சமாசாரங்களை நிர்வாகத்துக்குச் சிபாரிசு பண்றதும், நடப்பாக்கறதும் ப்ராஜக்ட் குழு நிர்வாகத்தின் பகுதியாகும்.

குழுவுக்குள்ளே திடீர்னு கருத்து மோதல்கள் (Conflict) வரலாம். அடுத்த சூப்பர் ஸ்டார் விக்ரமா அஜீத்தாங்கற விளையாட்டுச் சண்டையெல்லாம் இதுலே சேர்த்தி இல்லை. வேலை சம்பந்தமான மோதலைச் சொல்றேன். ரெண்டு உறுப்பினர்களுக்கு நடுவிலே தன்முனைப்பு (Ego), ஒருத்தரை ஒருத்தர் தவறாகப் புரிஞ்சிக்கிறது இதுபோன்ற காரணங்களாலே மோதல் வரலாம். அப்போது அவங்களைத் தனியாக் கூப்பிட்டு ரெண்டு தரப்பையும் கேட்டு, ஆலோசனை வழங்கிப் பிரச்னையைத் தீர்க்கணும். கட்டைப் பஞ்சாயத்து இல்லே. கான்ஃப்ளிக்ட் மேனேஜ்மெண்ட் செய்யத் தெரிஞ்சவரே சூப்பர் ஸ்டார் ப்ராஜக்ட் மேனேஜர்.

என் பழைய ப்ராஜக்ட்டுலே ரெண்டு பிள்ளைங்களுக்குள்ளே பெரும் மோதல். 'டிசைன் பற்றி நான் பேச ஆரம்பிச்சதுமே அந்த ஆள் தப்பு தப்புன்னு தலையாட்டறான் தலைவா. எனக்கு மேலே பேசவே முடியாதபடி கோபம் வருது' அப்படீன்னான் ஒருத்தன். அடுத்தவனைக் கூப்பிட்டுக் கேட்டபோது தான் தெரிஞ்சது, எதையாவது உன்னிப்பாகக் கேட்கறபோது அவனை அறியாமல் தலையை இடமிருந்து வலமாக அசைக்கற மேனரிசம் அவனுக்கு இருக்குதுன்னு. 'நீ சொல்றதை ஈடுபாட்டோடு கேக்கறான்ப்பா உன் பிரண்டு. அது வேலைக்காவாதுன்னு சொல்லலே அவன்' அப்படீன்னு புகார் பார்ட்டிகிட்டச் சொன்னபோது அவனுக்கு வந்த சந்தோஷத்தில் என் முகத்தில் நாலு குத்துவிட்டான் பாரு. குஷி வந்தால் அவன் கொண்டாடுகிற மேனரிசமாம் அது!

24

ப்ராஜக்ட் தகவல் நிர்வாகம்

இன்றைக்கு ப்ராஜக்ட் தகவல் நிர்வாகம், அதாம்பா, ப்ராஜக்ட் கம்யூனிகேஷன் மேனேஜ் மெண்ட் (Project Communication Management) பற்றிக் கதைக்கலாம். டிஜிட்டல் குரு வகுப்பை ஆரம்பித்தார்...

ப்ராஜக்ட் ஆரம்பத்திலேருந்து மங்களம் பாடற வரைக்கும் அது எப்படி நடக்கிறது, சந்திக்கிற பிரச்னைகள், முன்னேற்றம் சம்பந்தமான பலவித மான தகவல்களை வாடிக்கையாளருக்கும், ப்ராஜக்ட்டோடு சம்பந்தப்பட்ட மத்தவங் களுக்கும் (Stakeholders) அறிவிக்கறது ப்ராஜக்ட் மேனேஜரின் கடமையாகும். இந்தத் தகவலை எப்படி உருவாக்கறது, பெறுவது, விநியோகிப் பது, சேமிப்பது, தேவையானபோது திரும்ப எடுப்பது என்பது பற்றிய துறைதான் ப்ராஜக்ட் தகவல் நிர்வாகம். ப்ராஜக்ட் மேனேஜரின் நேரத் தில் கணிசமான பங்கு இந்தத் தகவல் நிர்வாகத் தில் செலவிடப்படும்.

தகவல் நிர்வாகம் நாலு செயல்முறைகளைக் கொண்டது. தகவல் தொடர்பு திட்டமிடுதல் (Communication Planning), தகவல் விநியோகம் (Information Distribution), செயல்பாடு அறிவித்தல் (Performance Reporting) மற்றும் ப்ராஜக்ட் தொடர்புடையோர் நிர்வாகம் (Manage Stakeholders).

தகவல் தொடர்பு திட்டமிடுதல் இந்தத் துறையிலே முதல் செயல்முறை. ப்ராஜக்டில் யார் யாருக்கு எதைத் தகவலாக அனுப்பணும், எப்போது எப்படி அனுப்பணும்னு தீர்மானிக் கிறது இது. செலவுக்கணக்கு கம்பெனியோட நிதிப்பிரிவுக்கும், எத்தனை பேர் எந்த வேலைக்குத் தேவைங்கிற விவரம் ஊழியர் நிர்வாகப் பிரிவுக்கும், தரம் சம்பந்தமான தகவல் தரக்கட்டுப்பாடு பிரிவுக்கும் போகவேண்டியவைன்னு வச்சுக்கலாம். மாத்தி அனுப்பி வைச்சா அந்தத் தகவல் போன இடத்திலே கவனிப்பாரில்லாமே தூங்கிட்டுக் கிடக்கும்.

சில தகவல்கள் உடனே போய்ச் சேரவேண்டியிருக்கும். சிலது ரெண்டு நாள் அவகாசத்துலே கிடைச்சாப் போதும். எது அவசரம் என்று தீர்மானித்து அதற்கு ஏற்றபடி செயல்படுவது முக்கியம். அவசியம் இல்லாத தகவலை அரக்கப் பரக்க அனுப்பறது, அவசரமானதை ஆடி கழிஞ்சு அஞ்சாம் நாள் கோழி அடிச்சுக் கும்பிட்ட கதையா ஆற அமர அனுப்பிவைக்கறது ரெண்டுமே முட்டாள்தனம். தேவை இருக்கோ இல்லையோ, எல்லாத் தகவலையும் எல்லோருக்கும் அனுப்பிவைக்கறது அனாவசியம் கிறதோடு, குழப்பத்தையும் உண்டுபண்ணலாம்.

இந்த மாதிரியான விஷயங்களோட சேர்த்து, என்ன மாதிரியான தகவல் அனுப்பும் வசதி இருக்கு, எத்தனை மாசம், வருடம் ப்ராஜக்ட் நடக்கும், யார் யார் எப்போ எப்போ ப்ராஜக்ட்டோடு தொடர்பு உடையவங்களாக இருப்பாங்க, யார் யார் எந்தத் தகவலை உருவாக்க, சேகரிக்க, அனுப்ப பொறுப்பு எடுத்துப் பாங்க - இப்படியான சங்கதிகளையும் கவனத்துலே எடுத்துக் கிட்டு, ப்ராஜக்ட் தகவல் தொடர்பு நிர்வாகத் திட்டம் (Project Communication Management Plan) தயாரிக்கணும். தகவல்னு யாராவது வாயைத் திறந்தா, இந்தத் திட்டத்தை எடுத்து நீட்டிட்டாப் போதும். யார் எதை எப்போ எங்கே யாருக்கு எப்படி அனுப்பணும்னு நொடியிலே புரியும்.

அடுத்து செயல்முறை தகவல் விநியோகம் (Information Distribution). அனுப்பிய தகவல் குறித்த நேரத்திலே

தேவையானவர்களுக்குப் போய்ச் சேருதா அப்படீன்னு உறுதிப் படுத்தற வழிமுறைகள் இதில் அடங்கும். தேவையானால், அனுப்பிய தகவலை மறுபடி அனுப்புவது எப்படி என்பதும் இங்கே திட்டமிடப்படும்.

தகவல் சரியாக, முழுசாக, சேருமிடம் சேருகிறதா, சொல்ல வந்தது அதே ரீதியில் புரிந்து கொள்ளப்படுகிறதா அப்படீன்னு உறுதிப்படுத்திக்கொள்றது சிரமமில்லாமல் தகவல் நிர்வாகம் செய்ய அவசியம். எந்தத் தகவலைத் தொலைபேசியில் சொல்ல லாம், எதை மின்னஞ்சலில் அனுப்பலாம், எதை அறிக்கையாகத் தயாரித்து காகிதத்தில் அச்சடித்து அனுப்பலாம்கறது தெரிஞ் சிருக்க வேணும். மதியம் மூணு மணிக்கு இன்னாரைப் போய் பார் என்று ப்ராஜக்ட் குழு உறுப்பினருக்குத் தகவல் சொல்ல வேணும்னா, அவர் பத்து சீட் தள்ளி இருந்தால் நடையை எட்டிப் போட்டுச் சொல்லிவிட்டு வந்தால் போதும். மாங்கு மாங்குனு லெட்டர் எழுதி நீளமாக் கையெழுத்துப் போட்டுத் தபாலில் சேர்க்கிறதெல்லாம் வேலைக்கு ஆகாது. அதே போல், முக்கிய மான காண்ட்ராக்ட்களைச் சும்மா டெலிபோனில் கூப்பிட்டு வாய்வார்த்தையாகச் சொல்லி முடிக்க முடியாது. எழுதி அனுப்பி ரெண்டு தரப்பிலும் கையெழுத்து ஆகவேண்டிய கட்டாயம் அங்கே உண்டு.

யாருக்குக் கடிதம் எழுதும்போது எப்படி எழுதுவதுங்கறதும் தெரிஞ்சிருக்கணும். ‘அண்ணாச்சி, விஷயத்தைக் கேளுங்க’ன்னு ஆரம்பிச்சு கஸ்டமருக்கு எழுதமுடியாது. எழுதறது மட்டு மில்லை, தகவலைப் பேச்சு மூலம் தெரிவிக்கும்போது, பேசும் முறை, உடல்மொழி (Body Language) பற்றி எல்லாம் கமல ஹாசன் ரேஞ்சிலே இல்லேன்னாலும், அதிலே கொஞ்சம்போல வாவது கற்று வெச்சிருக்கணும். வெள்ளைக்கார கஸ்டமர்கள் நம்மாளுங்க தலையை ஆட்டறதைப் பார்த்து சிண்டைப் பிச்சுக்கு வாங்க. எதிராளி ஏதாவது சொன்னா அதுக்கு ஆமான்னு சொல்ற துக்கும் இடமிருந்து வலமாகத் தலையாட்டுவோம். இல்லேன் னாலும் அதேமாதிரித்தான் தலை ஆடும். இது தப்பு. ஆமான்னா, தலை மேலும் கீழும் போய்ட்டு வரணும். வாய் ஆமான்னு சொல்லணும். புரிஞ்சுதா? கண்ணாடிக்கு முன்னாடி இல்லே உங்க கண்ணாட்டிக்கு முன்னாடி தினசரி ஆமா ஆமான்னு சரியா தலையாட்டிப் பயிற்சி எடுத்துக்குங்கப்பா. வாழ்க்கையிலே ரொம்ப உதவும்.

அனுப்பிய தகவல் அப்படியே புரியணும்னு சொல்லும்போது ஒரு துணுக்கு நினைவுக்கு வருது. உலகத்துலே பல நாடுகள்லே சலவைக்கு உபயோகிக்கிற வாஷிங் பவுடருக்கு ஒரு விளம்பரம் தயார் பண்ணினாங்க. கார்ட்டூன் படக்கதை மாதிரி விளம்பரம். முதல் படத்துலே ஒரு பொண்ணு கையிலே அழுக்குத் துணியைப் பிடிச்சுக்கிட்டு கவலையோடு நிக்குது. அடுத்த படத்துலே வாஷிங் பவுடர் கரைச்ச பக்கெட் தண்ணியிலே துணியை சலவை செய்யுது. மூணாவது படத்திலே வெள்ளை வெளேர்னு சலவையான துணியைக் கையிலே பிடிச்சுக்கிட்டு சந்தோஷத்துலே தாவிக் குதிச்சுட்டிருக்குது அந்தப் பொண்ணு. ஆயிரம் வார்த்தையிலே சொல்றதை மூணே படத்துலே அழுத்தமாகச் சொன்ன அந்த விளம்பரம் ஏக சக்சஸ்.

வாஷிங் பவுடரை அரபு நாட்டுலே அறிமுகப்படுத்தினாங்க. அப்புறம் அந்த விளம்பரத்தையும் அங்கே பத்திரிகையிலே போட்டாங்க. அவ்வளவுதான். சரக்கு விற்பனை அடியோடு நின்னு போச்சு. விஷயம் புரியாம முழிச்சபோது, உள்ளூர் ஆளுங்க சொன்னாங்களாம்: ‘நாங்க எப்பவும் வலதுபுறம் தொடங்கி இடதுபுறமாப் போகறபடி எழுதுவோம். வாசிக்கறதும் வலம் இடமாகத்தான். இந்த விளம்பரத்தை வலம் இடமாப் பார்த்தா, முதல்லே வெள்ளைத் துணியா இருக்கறது உங்க வாஷிங் பவுடர்லே சலவை பண்ணினதுமே அழுக்குத் துணியா கிடறது. நல்ல துணியை அழுக்காக்கறதுக்கு காசு கொடுத்து உங்க பவுடரை வாங்கணுமா என்ன?’

சரி, பாடத்துக்குத் திரும்பலாம். ப்ராஜக்ட் சம்பந்தமான நிகழ்ச்சிகளிலே முக்கியமானது ப்ராஜக்ட் குழு அவ்வப்போது கூடி அதுவரை நடந்ததை விவாதிக்கறது. இது பத்து இருபது பேர் வட்ட மேஜையைச் சுத்தி உக்காந்து சமோசா, காப்பி சாப்பிட்டு நாலு வார்த்தை பேசிட்டுக் கலைஞ்சு போற விஷயம் இல்லை. ப்ராஜக்ட் முன்னேறும்போது, அவ்வப்போது எப்படி எந்தச் சோதனையைச் சந்தித்தோம், என்ன பாடம் கத்துக்கிட்டோம்னு பேசி எல்லோரும் அதை ஒரு மனதாக ஏற்றுக்கொள்வது. இந்தத் தகவல்கள் ப்ராஜக்ட் குழுவினருக்கும், தொடர்புடையவர்களில் குறிப்பிட்ட சிலருக்கும் அனுப்பி வைக்கப்படணும். படித்த பாடம் (Lessons Learnt) ப்ராஜக்ட் முடியறவரையும், அதுக்கு அப்புறமும் மறக்காமல் செய்யற வேலையிலே கை கொடுக்கணும்னா இதை ப்ராஜக்ட் நிர்வாகி செய்தே ஆகணும்.

25

செயல்பாடு அறிவித்தல்

ப்ராஜக்ட் தகவல் நிர்வாகம் பற்றிப் போன வாரம் பாதிவரைக்கும், அதாம்பா, தகவல் சேகரிப்பு வரை சொன்னேன் இல்லியா, மிச்சத்தையும் இப்பச் சொல்லி முடிச்சுடறேன். டிஜிட்டல் குரு ஞாயிற்றுக் கிழமை வகுப்பை உற்சாகமாகத் தொடங்கினார்.

தகவல் நிர்வாகத்தில் அடுத்த செயல்முறை, செயல்பாடு அறிவித்தல் (Performance Reporting). இதனால் யாவருக்கும் அறிவிப்பது என்னவென்றால் அப்படீன்னு பழையகால சரித்திர சினிமாவிலே கெச்சலாக ரெண்டு பேர் முண்டாசு கட்டிக்கிட்டுத் தண்டோரா போடுற சமாச்சாரமில்லே இது. ப்ராஜக்ட் சம்பந்தப்பட்டவர்களுக்கு, அதிலேயும் யாருக்குத் தெரியணுமோ அவங்களுக்கு மட்டும் தகவல் கொடுக்கறது. என்ன மாதிரி தகவல்? எப்படி ப்ராஜக்ட் குழு வேலை முன்னேறிட்டுப் போறது, வேலை பார்க்கிறவங்களோட உழைப்பு எந்த அளவு உபயோகமாகியிருக்கு இல்லே வீணடிக்கப் பட்டது, பட்ஜெட் போட்ட காசுலே ப்ராஜக்டை முடிச்சுடலாமா இல்லே இன்னும் பணம்

முடக்கணுமா, குறித்த காலத்தில் முடிச்சு ஏறக்கட்டிடலாமா இல்லே கொஞ்சம் கூடவே நாள் பிடிக்குமா இப்படியான தகவல்கள் போய்ச் சேரணும். ப்ராஜக்ட்லே என்ன மாதிரியான ரிஸ்க் (Risk) இருக்கு, சவாலை எப்படிச் சமாளிக்கலாம்கிற சமாசாரமும் அவசியம் எடுத்துச்சொல்ல வேண்டியிருக்கும்.

இந்த மாதிரியான தகவல் அறிக்கைகளை விலாவாரியா அடிச்சு வாராவாரம் நூறு பக்கம் ரிப்போர்ட்டா அனுப்பறதும் உண்டு. அதையெல்லாம் யாரும் முழுக்கப் படிக்க மாட்டாங்கங்கற தாலே, சரியா நடந்ததை எல்லாம் ரத்தினச் சுருக்கமாகச் சொல்லி, பிடி வழுக்கிட்டுப் போகிறதை விளக்கறமாதிரி வேறுபாடு அறிக்கை (Exception Report) கொடுக்கறது வாடிக்கை.

ப்ராஜக்ட் நடக்கும்போது தரக் கட்டுப்பாடு, செலவழித்த வேலை நேரம், அதை மாத்து இதை மாத்துன்னு (Scope Change) கோரிக்கை வந்து, அதை ஏத்துக்கிட்டு செயல்படுத்தினதாலே (Approved Change Request) உண்டான அதிக உழைப்பு, கூடுதல் செலவுக் கணக்கு, ப்ராஜக்ட் திட்டமிட்டபடிக்கு இன்னிக்கு நாம இதுவரைக்கும் வந்திருக்கணும், அந்தப்படிக்கு வந்தோமா இல்லே, என்ன நிலையிலே இப்ப ப்ராஜக்ட் இருக்குது இதையெல்லாம் அறிக்கையிலே புள்ளிவிவரம் தரும்போது சொல்ல வந்த விஷயம் அதே முக்கியத்துவத்தோட போக வேண்டியவங்களுக்குப் போய்ச்சேர்ந்து அவங்க நடவடிக்கை எடுக்கத் தோதாக இருக்கும்.

தகவல் அறிவிப்பை அறிக்கையாகத் தயாரிச்சு அனுப்பணும்னு இல்லே. சம்பந்தப்பட்டவங்களைக் கூட்டிவச்சு, பில் கேட்ஸ் பிலிம் காட்டலாம். அதான், பவர்பாயிண்ட் பிரசெண்டேஷன். அதுலே ஷங்கர் சினிமா மாதிரி கிராபிக்ஸ் கலக்கல் எல்லாம் வேணாம். சொல்ல வேண்டியதை ஏழெட்டு சிலைடுலே தெளிவாச் சொன்னா, பார்க்கிறவங்க கிரகிச்சுக்கிட்டு நடவடிக்கை எடுக்கப் போவாங்க. இருநூறு சிலைட் போட்டு பிரசண்டேஷன் நடத்தினான் நம்ம சிஷ்யன் ஒருத்தன். முடிஞ்சதும், வந்தவங்களை எல்லாம் தூக்கத்திலே இருந்து எழுப்பிவிடவேண்டிப் போச்சு. சுருங்கச் சொல்லி விளங்க வைக்கணும். புரிஞ்சுதா?

ப்ராஜக்ட் தகவல் நிர்வாகத்திலே அடுத்த செயல்முறை ப்ராஜக்டோடு தொடர்புடையோர் நிர்வாகம் (Manage Stakeholders). இதுதான் இந்த நிர்வாகத்திலேயே கொஞ்சம் கஷ்டமான

விஷயம். தகவல் தரணும், போய்ச் சேர வேண்டியவங்களுக்குப் போய்ச் சேரணும், இது தவிர அவங்க எதிர்பார்க்கிற விஷயமாக இருக்கணும் அது. நிதி நிர்வாகம் செய்யற அதிகாரிக்கு டிசைன்லே இந்தக் கோளாறு ஏற்பட்டு இப்படிச் சரிப்படுத்தி னோம்னு துல்லியமாப் படம் போட்டுக் காட்டி அறிக்கை கொடுத்தா, அதை மேசையிலே பரத்திப் போட்டு மேலே சமோசா வச்சுச் சாப்பிட உபயோகிப்பாரே தவிர அவருக்கு வேலைக்கு ஆகாது. ஆனா, அந்தத் தகவல் போய்ச் சேர்ந்தே ஆகவேண்டிய கஸ்டமரோட தொழில்துறை நிர்வாகி அது வராததாலே என்ன நடந்துட்டு இருக்குன்னு விஷயம் புரியாமத் தாண்டிக் குதிச்சுக்கிட்டிருப்பார்.

இதுதவிர ஸ்டேக்ஹோல்டர்களான ப்ராஜக்டோடு சம்பந்தப் பட்டவர்கள் ப்ராஜக்ட் விஷயமா ஏதாவது பிரச்னையைக் கிளப்பியிருக்கலாம். இந்த மிஷின் எதுக்கு வாங்கினீங்க, என் மச்சான் தயாரிக்கற பிராண்ட் நல்லா இருக்குமே, ஏன் டாட் நெட்ல சாப்ட்வேர் ப்ரோகிராம் எழுதறீங்க, அந்தக்கால ஆசாரப்படி கோபால் மொழியிலே எழுதினா என்ன குறைச்சல் - இப்படி ஆளுக்கு ஆள் இல்லே யாராவது ஒண்ணு ரெண்டு பேர் ப்ராஜக்ட் நடக்கும்போது பிரச்னை எழுப்பி இம்சை பண்றது சகஜம்தான். கஸ்டமர் தீர்ப்பே கடவுள் தீர்ப்புன்னு, யார் எதைச் சொன்னாலும் ஆமாம் சாமி போட்டு அதை நிறைவேற்றிக் கிட்டே இருந்தா, ப்ராஜக்ட் முடிஞ்ச மாதிரித்தான். இது முடியும், இது முடியாது, இதை இப்படித்தான் செய்யணும், வேறே மாதிரி செஞ்சா உருப்படாது, இல்லே இன்னும் அதிகப் பணம் கொட்டி அழணும், முடிச்சுத்தர அதிக நாள் எடுக்கும் - இப்படியான தகவல்களை உடனடியா பிரச்னை பார்ட்டிக்கு சுமுகமாக அறிவித்து விஷயத்தை முடிக்கறது (Issue Resolution) ப்ராஜக்ட் நிர்வாகிக்கு அவசியம் தெரிய வேண்டிய விஷயம்.

பிரச்னை தீர நடவடிக்கை எடுக்கறபோது, நேரிலே பார்த்துப் பேசி முடிக்கிறது நல்லது. ரிப்போர்ட்டும் ஈமெயிலும் கொடுக்க முடியாத சகஜமான சூழ்நிலை ரெண்டு பேர் எதிரும் புதிருமா உட்கார்ந்து நட்போடு பேசி நடவடிக்கை எடுக்கறதுலே உண்டு. அதுக்காக, சின்ன விஷயத்துக்கெல்லாம் நேர்முகச் சந்திப்பு அவசியம் இல்லே. அயர்லாந்துலே உட்கார்ந்துக்கிட்டிருக்கற கஸ்டமர் ஒருத்தர், 'ஏம்ப்பா ரெண்டு நாள் இந்த ப்ராஜக்ட் வேலை தாமதமாயிடுச்சு?'ன்னு கேட்டா உடனே சென்னை யிலேருந்து ப்ளேன் பிடிச்சு ஓடித் தகவல் சொல்லிட்டு,

அப்படியே அலாஸ்கா போய் அடுத்தவரைப் பார்த்து ஏன் முப்பது டாலர் போன மாசம் கூடுதல் செலவுன்னு விவரம் சொல்லிட்டு இருந்தா, உலகம் சுற்றும் ப்ராஜக்ட் மேனேஜர் ஆகலாமே தவிர ப்ராஜக்ட்க்கு அதனாலே பிரயோஜனம் இல்லே. செலவுதான் இன்னும் எகிறிட்டுப் போகும். சின்னச் சின்னச் சிக்கலை எல்லாம் எப்படித் தீர்க்கறதுன்னு கேட்கறீங்களா? என்னத்துக்கு இருக்கு தொலைபேசி? பேசித் தொலை.

நேரிலே பேசினாலும், போன்கால் மேல் கால் போட்டுப் பேசித் தீர்த்தாலும், அதை எல்லாம் அறிக்கையாக எழுதிச் சம்பந்தப் பட்டவங்களுக்கும், இதை அறிவிக்க வேண்டிய நிர்வாகி களுக்கும் அனுப்பி வைக்கறது முக்கியம். காரணம் என்னன்னா, நாளைக்கே பிரச்னையைக் கிளப்பின ஆள், அந்த கம்பெனி யிலேருந்து அம்பேல் ஆயிடலாம். பேசித் தீர்த்த விஷயமும் காற்றோடு போயிடும் அப்போ. எழுதி வச்சு, பகிர்ந்துக்கிட்டா எல்லோருக்கும் எப்பவுமே நல்லது.

சின்னதோ பெரிசோ, ப்ராஜக்ட் தொடர்புடையோர் மூல மாகவோ அல்லது வேறு எப்படியோ சிக்கல் வரும்போது எல்லாம், அந்த விவரத்தை, அதாம்பா, என்ன சிக்கல், யார் மூலம் ஏற்பட்டது, என்ன நடவடிக்கை எடுக்கப்பட்டது, தீர்ந்ததுன்னா எப்படித் தீர்ந்தது, தீரவில்லை அப்படீன்னா தீர்க்க யார் என்ன செஞ்சிட்டு இருக்காங்க, அது தீராமலே போனா என்ன மாதிரி ப்ராஜக்டைப் பாதிக்கும் - இப்படி விலாவாரியா, பிரச்னை குறிப்பேடு ஒண்ணு (Issue Log) ஏற்படுத்திப் பதிஞ்சு வைக்கிறது அவசியம். இது ப்ராஜக்ட் சந்திக்கும் சவால்களோட முழு வரலாற்றையும் கொடுக்கறதுங்கறதோட, வருங்கால ப்ராஜக்ட் களை நிர்வகிக்கறவங்களுக்கும் அது உபயோகப்படும் பாடப் புத்தகமாக இருக்கும்.

26

ப்ராஜக்ட் ரிஸ்க் நிர்வாகம்

இந்த முறை நாம் எடுத்துக்கப் போறது ப்ராஜக்ட் ரிஸ்க் நிர்வாகம் (Project Risk Management). ப்ராஜக்ட் நடக்கும்போது வரும் சவால்களை சமாளிக்கற வித்தை, அபாயங்களை எதிர்கொள்கிற ராஜதந்திரம் எப்படி வேணும்னாலும் இதை வச்சுக்கலாம். ரிஸ்க் நிர்வாகத்தை எப்படித் திட்டமிடறது, எது எல்லாம் ரிஸ்க் என்கிறதை எப்படி அடையாளம் காண்றது, அதைக் கண்காணிக்கும், கட்டுப்படுத்தும், சமாளிக்கும் வழிமுறைகள் எல்லாம் இந்த நிர்வாகப் பகுதியிலே வரும்.

ப்ராஜக்ட் ரிஸ்க் நிர்வாகத்தோட குறிக்கோள் என்னன்னு கேட்டா, ப்ராஜக்டை நல்ல முறையிலே பாதிக்கிற சம்பவங்கள் நடக்கக்கூடிய சாத்தியத்தை அதிகப்படுத்தறது. கூடவே, ப்ராஜக்ட் முன்னேற்றத் துக்குக் கெடுதல் ஏற்படுத்தும் சம்பவங்கள் நடக்கற சாத்தியத்தை குறைவாக இருக்கற மாதிரிப் பார்த்துக் கறது. என்ன, குழப்பறேனா? நல்ல பாதிப்பு, கெட்ட பாதிப்புன்னு ரெண்டு இருக்கா என்னங்கறீங் களா? பொய் சொல்லற அரசியல்வாதி, பொய்யே

பேசாத அரசியல்வாதின்னு ரெண்டு கோஷ்டி இருக்குதோ என்னவோ, பாதிப்பிலே நல்லதும் கெட்டதும் உண்டுங்கறது கலப்படமில்லாத அக்மார்க் உண்மை. மேலே போகப்போக இது புரிபடும்.

சரி, ப்ராஜக்ட் ரிஸ்க் நிர்வாகத்தில் என்ன எல்லாம் செயல்முறை? குறிச்சுக்குங்க. ரிஸ்க் நிர்வாகத்தைத் திட்டமிடுதல் (Risk Management Planning), ரிஸ்க்கை அடையாளம் காணுதல் (Risk Identification), ரிஸ்க்கின் தன்மையை ஆய்வு செய்தல் (Qualitative Risk Analysis), ரிஸ்க் மதிப்பைக் கணக்கிடும் ஆய்வு (Quantitative Risk Analysis), சவால்களை எதிர்கொள்ள வேண்டிய வழிகளைத் திட்டமிடுதல் (Risk Response Planning), கடைசியாக, ரிஸ்க்கைக் கண்காணித்தல் மற்றும் கட்டுப்படுத்துதல் (Risk Monitoring and Control) - இப்படி ஆறு செயல்முறைகள். 'ஆறு மனமே ஆறு'ன்னு நடிகர் திலகம், விவேகானந்தர் கெட் அப்பிலே ஆண்டவன் கட்டளையிலே பாடுறமாதிரி, இந்த ஆறும் ப்ராஜக்ட் நிர்வாகக் கடவுள் விதித்த ஆறு செயல்முறை. வாழ்க்கைக்கும் பயன்படும்.

ப்ராஜக்ட் ரிஸ்க் என்கிறது என்ன? நடக்கக் கூடியது என்று நமக்குத் தெரியற ஒரு சம்பவம் அல்லது சூழ்நிலை. தொழிற்சாலை நிர்மாணிக்கற ஒரு ப்ராஜக்ட் ஆரம்பிச்சாச்சுன்னு வச்சுக்கலாம். அடுத்த மாதம் பத்தாம் தேதிக்கு முன்னாடி ஒரு முக்கியமான இயந்திரம் வந்து சேரணும். அது வந்து நிறுவி சில காரியங்கள் நடந்தால்தான் ப்ராஜக்ட் முன்னேற முடியும். எப்படியும் வந்துடும்; ஆறு மாசத்துக்கு முன்னாடியே ஆர்டர் கொடுத்தாச்சு; இன்னும் பத்து நாள்லே, மிஞ்சிப்போனால் இந்த மாதக் கடைசிக்குள்ளே தொழிற்சாலைக்குள்ளே அந்த மிஷின் வந்து இறங்கப் போறது. இது நிர்வாகத்தினர் கொடுத்த உறுதி மொழி. அதோட அடிப்படையிலேதான் ப்ராஜக்ட் மேனேஜர் ப்ராஜக்ட் திட்டத்தைத் தீட்டி நடப்பாக்கி இருக்கார்.

மெஷினை அனுப்பி வைக்கறதிலே கடைசி நிமிஷத்துலே ஏதாவது தடங்கல் ஏற்படலாம். இல்லை, அனுப்பிய பிறகு அதை எடுத்துக்கிட்டு வர வாகனம் விபத்துக்கு உள்ளாகலாம். அல்லது, வந்து சேர்ந்து பேக்கேஜைப் பிரிச்சு வெளியே எடுத்து வைக்கறபோது அது டேமேஜ் ஆகியிருக்கலாம். ஆக, அந்த மிஷின் வந்து சேர்ந்து நிறுவி வேலையை முன்னாடி எடுத்து கிட்டுப் போகலாம்னு எதிர்பார்க்கிறதிலே ரிஸ்க் இருக்கு. இந்த

அசம்பாவிதம் நடந்துபோனால், ப்ராஜக்ட் முடிக்கறதுக்கான காலத்தை நீட்டிக்க வேண்டி வரும். பணச் செலவு கூடுதல் ஆகும். இல்லே, அவசர அவசரமாக வேலை பார்த்து தரம் பாதிக்கப்படும்.

ரிஸ்க் எல்லாமே கெடுதலான பாதிப்பைத் தரும் அப்படீன்னு கன்னத்துலே கையை வச்சுக்கிட்டுக் கவலைப்பட வேண்டிய தில்லை. மிஷின் வராமல் போனால், அது செய்ய வேண்டிய வேலையை வெளியார் நிறுவனத்துலே காண்ட்ராக்ட் அடிப் படையிலே கொடுத்து முடிச்சு முன்னாலே போக, ப்ராஜக்ட் நிர்வாகி திட்டம் தீட்டி வச்சுக்கலாம். அந்தத் திட்டம் நிறைவேறி னால், ப்ராஜக்ட் செலவு கணிசமாகக் குறையவும் வாய்ப்பு இருக்கு. தேவையான நேரத்துலே டெலிவரி கொடுக்காததாலே, மெஷின் வாங்கக் கொடுத்த ஆர்டரை ரத்து செய்துவிடலாம். செலவுக் கணக்கு எழுத வேண்டாம். ப்ராஜக்ட் முடிஞ்சபிறகு ரொம்ப நாள் அந்த மிஷினைக் கட்டி மாரடிக்காமல், அடுத்த ப்ராஜக்டுக்கு இன்னும் புதுத் தொழில்நுட்பத்தோடு புது மிஷின் ஆர்டர் செய்யலாம். இப்படி வாய்ப்பு (Opportunity) ஏற்படுவது, ப்ராஜக்ட் ரிஸ்க் நிகழ்வதிலே இருக்கற சாதகமான பாதிப்பு.

ரிஸ்க் திடீர்னு வந்து நிக்காது. அது நிகழ வாய்ப்பு இருக்குன்னு காட்டற சூசகமான சம்பவம் ஏதாவது ஏற்படும். அனுபவப்பட்ட ப்ராஜக்ட் மேனேஜர் இந்த முன்கூட்டியே எச்சரிக்கிற அடையாளங்களை (Risk Impulse) அலட்சியம் செய்யாமல் உடனே கவனித்தால், ரிஸ்க் வரும் வாய்ப்பு குறையலாம்.

தினசரி ஆபீஸ்லே இருந்து ரொம்ப தாமதமா வீட்டுக்குப் போறீங்க. பொறுத்துப் பொறுத்துப் பொறுமை இழந்து போறாங்க உங்க மனைவி. சாயந்திரம் ஷோ புது சினிமாவுக்குக் கூட்டிட்டுப் போறதா காலையிலே ஆபீஸ் கிளம்பறபோது வாக்கு கொடுத்துட்டு அது மறந்துபோய், ராத்திரி பத்து மணிக்கு வீட்டுக்கு வந்து சேர்ந்து காலிங் பெல்லை அடிக்கறீங்க. உள்ளே போனால், வீட்டம்மா ஒண்ணும் பேசாம, சாப்பாட்டுத் தட்டை ணங்க்னு சத்தத்தோட முன்னாடி வைக்கறாங்க. அவங்க கோபமாக இருக்கற அடையாளம் அது. இதை உடனே கவனிச்சு சமாதான உடன்படிக்கை செஞ்சுக்கலேன்னா, அவங்க கிளம்பி பிறந்த வீட்டுக்குப் போயிடற ரிஸ்க் நடப்பாயிடும். ரொம்பப் பேருக்கு இது அசம்பாவிதம். சில பேருக்கு தனிக்காட்டு ராஜாவாக சந்தோஷமாக இருக்க இது ஆப்பர்சூனிட்டி!

வாழ்க்கை நிர்வாகத்திலே இருந்து ப்ராஜக்ட் நிர்வாகத்துக்குத் திரும்பலாம். ப்ராஜக்ட் ரிஸ்க் நிர்வாகத்தில் முதல் செயல்முறை அதுக்கான திட்டமிடறது (Risk Management Planning). இந்தச் செயல்முறை வெற்றிகரமாக இருந்தால்தான், அடுத்து சொல்லப் போற ஐந்து செயல்முறைகளும் ஒர்க் அவுட் ஆகும்.

ரிஸ்க் நிர்வாகத் திட்டமிடுதல் ப்ராஜக்ட் மேனேஜர் தனியா உட்கார்ந்து செய்யற வேலை இல்லை. மொத்த ப்ராஜக்ட் குழுவும் இதில் ஈடுபட வேணும். ப்ராஜக்ட் திட்டம் (Project Plan), வரம்பு அறிக்கை (Scope Statement), வேலைப் பகுப்புத் திட்டம் (Work Breakdown Plan), ப்ராஜக்ட் அட்டவணை (Project Schedule) - இப்படி ப்ராஜக்ட் சம்பந்தப்பட்ட ஒரு ஆவணத்தையும் விடாமல் சேர்த்து வைச்சு வரிவரியாகப் படிக்கறதுலே தொடங்கும் இது.

என்ன என்ன மாதிரி ரிஸ்க் வகைப்படுத்தப்படும், எந்த ரிஸ்க் வந்தா அதைச் சமாளிக்க நடவடிக்கை எடுக்கறது யார் பொறுப்பு, அதுக்கான திட்டத்துக்கு யார் நிதி அனுமதிப்பாங்க, எப்படி நடவடிக்கையைச் செயல்படுத்தறது, யாரெல்லாம் ரிஸ்க் சமாசாரங்களை அவ்வப்போது எந்த நிலையிலே இருக்குன்னு கூடித் தீர்மானிப்பாங்க, திட்டத்துலே எந்த அளவு மாற்றம் ஏற்படுத்தலாம் என்பது போன்ற விஷயங்களை முன்கூட்டியே தீர்மானிச்சு வச்சுக்கறது ப்ராஜக்ட் ரிஸ்க் நிர்வாகத் திட்டமிடுதலுக்கு அடிப்படை.

ப்ராஜக்ட் தொடங்கறதுக்கு முந்தியே இந்தத் திட்டமிடற வேலை தொடங்கிடணும். திட்டத்துலே மேலே சொன்னபடி, ரிஸ்க் வகைகள் (Risk Categories), ரிஸ்க் எதிர்கொள்ளும் முறைகள் (Methodology), பொறுப்புகள் (Roles and Responsibilities), ரிஸ்க் நடவடிக்கைகளுக்கான நிதி ஒதுக்கீடு (Budgetting), நடவடிக்கை எப்போது எடுக்கணும் (Timing) போன்றவையெல்லாம் விளக்கமாக இடம் பெறணும்.

27

ப்ராஜக்ட் ரிஸ்க் பட்டியல்

டிஜிட்டல் குரு ரிஸ்க் நிர்வாக வகுப்பைத் தொடர்ந்தார்.

ரிஸ்க் நிர்வாகத் திட்டமிடுதல் (Risk Management Planning) செயல்முறையில் இன்னொரு முக்கியப் பகுதி உண்டு. அது ப்ராஜக்ட் சந்திக்க வேண்டியிருக்கும் ரிஸ்க் எதுவானாலும், அது ஏற்படக் கூடிய சாத்தியம் (Probability) எந்த அளவுக்குன்னு மதிப்பிட ஒரு அளவுகோலை உருவாக்கறது. கூடவே, ஒரு ரிஸ்க் ஏற்பட்டா அதோட பாதிப்பு (Impact) என்னன்னு உத்தேசமாகக் கணக்கிட இன்னொரு அளவுகோலை ஏற்படுத்தறது. ரிஸ்க் ஏற்படற சாத்தியம் 'ரொம்ப அதிகம் - அதிகம் - அவ்வளவா இல்லை - கொஞ்சம் போல இருக்கு' - இப்படி ஏற்படுத்திக்கறது வாய்ப்பு அளவுகோல் வகையிலே வரும். இதுக்கெல்லாம் அடையாள எண் கொடுத்து, ரொம்ப அதிகம்னா 1, அதிகம் அப்படீன்னா 0.8, கொஞ்சம்போல அப்படீன்னா 0.4, இந்தமாதிரி அளக்கறதும் உண்டு.

போன வகுப்பிலே சொன்னேன் இல்லே, பாதிப்பு என்பது கெடுதலான பாதிப்பு (Threat) மாத்திரம் இல்லை, சாதகமான பாதிப்பு (Opportunity) கூட உண்டு அப்படின்னு. இந்த ரெண்டு வகையையும் பிரதிபலிக்கற மாதிரி பாதிப்பு அளவுகோல் அமையணும். ப்ராஜக்டோட வரம்பு, செலவிடப்படும் தொகை, காலம், தரம் போன்ற இனங்களில் பாதிப்பைக் கணக்கிட வேண்டியிருக்கும். இது சதவிகிதமாகவோ, 'மிக அதிகம் - அதிகம்' அப்படிங்கறமாதிரியோ இருக்கும்.

இந்த ரெண்டு விதமான அளவுகோல்களையும் பொருத்தி ஒரு பட்டியல்(Probability and Impact Matrix) போட்டு வச்சுக்கறது மரபு. அது இப்படி இருக்கும். இங்கே கெடுதலான பாதிப்பு மட்டும் உதாரணமாகக் காட்டப்படுறதுங்கறதைக் கவனிக்கணும்.

ரிஸ்க் நிகழ வாய்ப்பு	வாய்ப்பு குறைவு / 0.2	நிகழ சுமாரான வாய்ப்பு / 0.5	நிகழ அதிக வாய்ப்பு / 0.7	நிகழ மிக அதிக வாய்ப்பு / 0.9
ப்ராஜக்ட் செலவில் பாதிப்பு	5% முதல் 10% வரை செலவு கூடும்	15% முதல் 20% வரை செலவு கூடும்	40% முதல் 50% வரை செலவு கூடும்	60% முதல் 70% வரை செலவு கூடும்
ப்ராஜக்ட் நேரத்தில் பாதிப்பு	10% வரை நேரம் கூடும்	20% வரை நேரம் கூடும்	50% வரை நேரம் கூடும்	75% வரை நேரம் கூடும்
ப்ராஜக்ட் தரத்தில் பாதிப்பு	மிகக் குறைவு	குறைவு	கணிசம்	கணிசம்

ரிஸ்க் நிர்வாகத்தின் அடுத்த வழிமுறை ரிஸ்க்கை அடையாளம் காணுதல் (Risk Identification). அரண்டவன் கண்ணுக்கு இருண்டதெல்லாம் பேய்னு சொல்வாங்க. ப்ராஜக்ட் மேனேஜர் தெனாலி சோமனாக இல்லேன்னாலும் எது கோளாறாகலாம், எது அசம்பாவிதமா வெடிக்கலாம்னு தோண்டித் துருவி எங்கெல்லாம் அபாயம் ஒளிஞ்சிருக்கோ அதையெல்லாம் அடையாளம் காணவேண்டி வரும். கூடவே மொத்தக் குழுவும் உட்கார்ந்து அவர் அடையாளம் காட்டறதெல்லாம் பாம்பா பழுதையான்னு விவாதம் செய்து லிஸ்டிலே சேர்க்கறது நல்லது. இல்லேன்னா, சர்வம் பயம், பய மயம்தான். ப்ராஜக்ட் ஆரம்பத்திலே சாஸ்திரத்துக்கு ஒருதடவை மீட்டிங் போட்டு இந்த ரிஸ்க் கணக்கெடுப்பை நடத்தாம, அப்பப்ப 'அண்ணன் அழைக்கிறார்', 'அம்மா அழைக்கிறார்'னு குழுவைக் கூட்டி ரிஸ்க் பட்டியலைப் புதுப்பிச்சுக்கிட்டே இருந்தால், அதில் பழையன கழியும், புதியன புகும்.

குழு மட்டும் இல்லாமல், வல்லுனர்களின் கருத்தையும் கேட்டு ப்ராஜக்ட் ரிஸ்க் பட்டியலை ஏற்படுத்தலாம். புதுப்பிக்கலாம்.

நாலு வல்லுனர்கள்கிட்டே கருத்து கேட்டா நாலு விதமா பதில் வரும். யார் சொன்னதுங்கறதை மறைச்சுட்டு, ஒருத்தர் சொன்னதை இன்னொருத்தருக்கு அனுப்பிச்சு கருத்து கேட்டா, கிடைக்கற கருத்துக்களோட பரப்பளவும் ஆழமும் கூடும். இப்படிக் கருத்துக் கணிப்பு நடத்தி தகவல் சேகரிக்கறதுக்கு டெல்ஃபி முறைன்னு பெயர் (Delphi Technique). இதைத் தவிர, வலிமை-பலவீனம்-வாய்ப்பு-அபாய அலசல் (SWOT Analysis) போன்ற பொதுநிர்வாக உத்திகள் மூலமாகவும் ப்ராஜக்ட் ரிஸ்க் எதெல்லாம் என்று அடையாளம் காணலாம்.

ரிஸ்க் நிர்வாகத்தில் அடுத்த வழிமுறை ரிஸ்க் தன்மை ஆய்வு செய்தல் (Qualitative Risk Analysis). எல்லா ரிஸ்க்கையும் கொட்டிக் கலந்து அலசி அளவிட்டு நடவடிக்கை எடுத்திட்டு இருக்கலாம்தான். அதைவிடச் சிறப்பான நிர்வாகமுறை என்னன்னு கேட்டீங்கன்னா, அதிக முக்கியமான ரிஸ்க்குகளை (High Priority Risk) சமாளிக்க நிறுவன நேரத்தையும் நிதியையும் செலவிடறதுதான். இந்த அதி முக்கிய ரிஸ்க்குகள் ப்ராஜக்ட் டோட தன்மையைப் பொருத்து மாறும். உதாரணமாக, குடியிருப்பு வீடுகள் கட்டற ப்ராஜக்ட் அப்படீன்னா, மழைக்காலத்திலே வேலை நடக்கறது பாதிக்கப்படலாம்கிறது முக்கியமான ரிஸ்க். அதே நேரத்திலே தொழிற்சாலைக்குள்ளே உட்கார்ந்து புது டெலிவிஷன் உருவாக்கும் ப்ராஜக்டில் மழைக்காலம் பெரிய பாதிப்பை ஏற்படுத்தாது. ஆனால் போட்டியாளர் புது தொழில் நுட்ப அடிப்படையிலே புது டிவியை உருவாக்கி இந்தச் சின்னத் திரைப் பெட்டியை போணியாகாமல் பண்ணிடலாம்ங்கிறது இங்கே முக்கியமான ரிஸ்க்.

இப்படி ப்ராஜக்ட்டுக்கு ஏற்றபடி தலையாய பத்து ரிஸ்க்குகளை (Top Ten Risks) அல்லது டாப் இருபது ரிஸ்க் ஐட்டங்களை அலசி ஆராய்ந்து தேர்ந்தெடுப்பது ப்ராஜக்ட் மேனேஜரும் குழுவும் செய்ய வேண்டிய முக்கியமான காரியம்.

ரிஸ்க் ஏற்படும் வாய்ப்பு மற்றும் அதோட பாதிப்பு பற்றிய தகவல்கள், அனுமானங்கள் ஓரளவுக்காவது சரியாக இருந்தால் தான் இப்படியான டாப் டென் வகையறா பட்டியலைப் போட்டு அவற்றைச் சரியாகக் கண்காணிக்க முடியும். பழைய அனுபவங்கள் கை கொடுக்கறது இங்கேதான். ரிஸ்க் தன்மை அறியும் அலசலைச் செய்ய பழைய ப்ராஜக்ட்கள் சந்தித்த சவால்களைப் பற்றிய தகவல்கள் மிக மிக உபயோகமானவை.

இப்படி அதிமுக்கியமான ரிஸ்க்குகளின் பட்டியல் போட்டதும் இதிலும் இன்னும் கொஞ்சம் முன்னேற்றம் கொண்டுவரலாம். பட்டியலில் உடனடி நடவடிக்கை எடுக்க வேண்டிய ரிஸ்க்கு களையும், கொஞ்சம் ஆறப்போட்டு நடவடிக்கை எடுக்கலாம் கிறதையும் தனியாப் பிரிச்சு வச்சுக்கிட்டா, முதல் வகை சமாசாரங்களிலே முழு முனைப்போடு ஈடுபடலாம். பட்டியல் போடறதோட, இந்த மாதிரி ரிஸ்க் ஏற்படாமல் தடுக்க என்ன நடவடிக்கை எடுக்கணும்கிற திட்டத்தையும் (Response Action) உடனடியாகத் தீட்டிவச்சுக்கிட்டா கன்னத்திலே கையை வச்சுக் கிட்டு கவலைப்பட வேண்டி இருக்காது.

இன்னும் சில ரிஸ்க்குகள் பாதிப்பு ஏற்படும் வாய்ப்பு பற்றி ப்ராஜக்ட் ஆரம்பிக்கும்போது அவ்வளவாகத் தெளிவு இருக் காது. இன்னும் கொஞ்சம் தூண்டித் துருவி ஆராய்ச்சி செய்தால் தெளிவு கிடைக்கலாம். இந்த மாதிரி ரிஸ்க்குகளையும் இன்னொரு உப பட்டியலா ஆக்கி வச்சுக்கிட்டா அப்பப்ப துருவிக்கிட்டு இருக்கலாம்.

இது போலவே ஒரே காரணத்தால் ஏற்படக்கூடிய ஒன்றுக்கு மேற்பட்ட ரிஸ்க்குகள் இருந்தால் காரண அடிப்படையிலே உப பட்டியல் போடலாம். ஒண்ணொண்ணையும் சமாளிக்க தனித்தனியாத் திட்டம் போடாமல், பொதுவா ஒரே கல்லுலே ஏழெட்டு மாங்காய் அடிக்க இது சுலபமான வழி. முன்னாடி சொன்ன கட்டடம் கட்டும் ப்ராஜக்டை எடுத்துக்கலாம். மழை பெய்தால் தொழிலாளர்கள் வேலைக்கு வர்றது நிச்சயம் இல்லை. சிமெண்ட் லோடு வந்து சேராது. குழைச்சுப் பூசினால் காய ரெண்டு மடங்கு நாள் பிடிக்கும். இப்படி எல்லா அசம்பாவிதத்தையும் தடுக்க, மழை வந்தால் ஒரு வாரமோ பத்து நாளோ வேலையைக் குறைச்சுக்கிட்டு அதுக்கு முன்னும் பின்னும் வேலை நேரத்தை அட்ஜஸ்ட் செய்யலாம்.

28

ரிஸ்க் மதிப்புக் கணக்கீடு

டிஜிட்டல் குரு ரிஸ்க் நிர்வாகப் பாடத்தை நிறுத்திய இடத்திலிருந்து தொடர்ந்தார்.

ரிஸ்க் நிர்வாகத்தில் அடுத்த செயல்முறை ரிஸ்க் மதிப்பைக் கணக்கிடும் ஆய்வு (Quantitative Risk Analysis). இதுக்கு முன்னாலே, ரிஸ்க் தன்மை ஆய்வு செய்யறதை (Qualitative Risk Analysis) பார்த்தோம் இல்லே? அப்போ தலையாய ரிஸ்க் பட்டியல் (Top N Risks) தயாரிக்கறதைச் சொன்னது நினைவு இருக்கலாம். அந்தத் தலையாய ரிஸ்க் ஒவ்வொன்றையும் சந்திக்க வேண்டிய சூழ்நிலை உருவானால், அதனால், ப்ராஜக்ட் எவ்வளவு பாதிக்கப்படும் அப்படீன்னு கணக்குப் போடறது, அந்தச் சூழ்நிலையைச் சந்தித்த பிறகு ப்ராஜக்ட் தன் லட்சியப் பயணத்தைத் தொடர்ந்து முடியறதுக்கான சாத்தியம் என்னன்னு தீர்மானம் செய்யறது, இந்தச் சவால்கள் எல்லாத்தையும் சந்தித்தும் தன் முயற்சியில் சற்றும் தளராமல் ப்ராஜக்டை நடத்திப் போய் முடிக்க எவ்வளவு காலம், காசு பணம்

தேவைன்னு கணக்குப் போடறது - இதெல்லாம் ரிஸ்க் மதிப்பைக் கணக்கிடும் ஆய்வு ஆகும்.

ரிஸ்க் தன்மையை ஆய்வு செய்தபிறகு ரிஸ்க் மதிப்பைக் கணக்கிடுவதைச் செய்யறதுதான் வழக்கம்னாலும், ப்ராஜக்ட் மேனேஜ்மெண்ட் புலிகள் ரிஸ்க்கை அடையாளம் கண்டதும் நேராக மதிப்புக் கணக்கீடு நடத்தப் போயிடுவாங்க. இன்னும் சில ரிஸ்க்குகள் அடையாளம் கண்டதுமே தெரிஞ்சிடும், இது காலைச் சுத்தின பாம்பு, கடிக்காம விடாதுன்னு. எப்பக் கடிக்கும்னு எதிர்பார்த்து நடவடிக்கை எடுக்கறது ப்ராஜக்ட் மேனேஜர் செய்ய வேண்டிய காரியம்.

கம்ப்யூட்டரை உபயோகித்து இந்த மதிப்பீட்டை வெற்றிகரமாக நடத்த, மாண்டி கார்லோ சிமுலேஷன் (Monte Carlo Simulation) போன்ற வழிமுறைகள் உண்டு. எதிர்பார்க்கும் நிதி மதிப்புக் கணக்கீடு (Expected Monetary Value Analysis - EMV) அப்படீன்னு ஒரு நம்பகமான முறையும் உண்டு. ஒரு ரிஸ்க் நிகழக் கூடிய சாத்தியம் (Risk Probability), அது நிகழ்ந்தால் பாதிப்பு (Risk Value) என்ற இரண்டையும் இணைக்கும்போது கிடைக்கும் மதிப்பு இது.

ரிஸ்க் என்றால் கெட்ட பாதிப்பான அசம்பாவிதம் (Threat) மட்டுமில்லே, பாசிட்டிவ் ஆன பாதிப்பாகிய வாய்ப்பும்தான் (Opportunity) அப்படீன்னு சொன்னேனே, அதைக் கொஞ்சம் நினைவு வச்சுக்கணும். இந்த ஈ.எம்.வி கணக்கிடும்போது உதாரணமாக,

ரிஸ்க் அசம்பாவிதம் நிகழ சாத்தியம் = 30%	ரிஸ்க் அசம்பாவிதம் EMV = 0.30 x 100,000 = -30,000
அசம்பாவிதம் நிதியளவு = ரூ. 100,000	
ரிஸ்க் வாய்ப்பு நிகழ சாத்தியம் = 10%	ரிஸ்க் வாய்ப்பு EMV = 0.10 x 50,000 = +5,000
வாய்ப்பு நிதியளவு = ரூ. 50,000	
ரிஸ்க் மதிப்பு	+ 5000 - 30000 = -25000

ஆக, இந்தக் குறிப்பிட்ட ரிஸ்க் நிகழ்ந்தால் வாய்ப்பு மூலம் 5,000 ரூபாய் கிடைக்கும். அசம்பாவிதத்தாலே 30,000 ரூபாயை இழக்க நேரிடும். ஆக, கூட்டிக் கழிச்சுப் பார்த்தால், மொத்தம் 25,000 ரூபாய் கையை விட்டுப் போகும்.

ப்ராஜக்ட் நடக்கிறபோது எடுக்கப்போற ஒவ்வொரு முடிவுக்கும் இப்படிக் கணக்குப் போடும்போது, ஒண்ணிலேருந்து ஒண்ணாக் கிளை பிரிஞ்சு படர்ந்து பல சாத்தியங்களும், வாய்ப்பு-பாதிப்பு விஷயங்களும் தட்டுப்படும். இதையெல்லாம் ஒரு வரைபட மாக வரைஞ்சு இந்த ஈ.எம்.வியைக் கணக்குப் போடறது வழக்கம். அந்தப் படத்தை 'முடிவு மரம்'னு (Decision Tree) சொல்லுவாங்க.

ரிஸ்க் நிர்வாகத்தின் அடுத்த வழிமுறை ரிஸ்க்கை எதிர்கொள்ள வழிகளைத் திட்டமிடுறது (Risk Response Planning). அசம் பாவிதங்களை (Threats) சந்திக்க மூணு வழிகள் உண்டு. சில ரிஸ்க்குகளை அடுத்தவங்க தலையிலே வச்சுக் கட்டிடலாம் (Transfer). தொழிற்சாலையிலே தீப்பிடிக்கற ரிஸ்க் இருந்தால், தேவையான அளவுக்கு நெருப்புக் காப்பீடு (Fire Insurance) செய்யறது இந்த வகை. தீப்பிடிச்சு எல்லாம் அழிஞ்சா, இன்ஷ் யூரன்ஸ் கம்பெனி பணம் கொடுக்கும். இழப்பு அவங்களுக்குப் போய்ச் சேரும்.

இன்னொரு வழிமுறை. இருக்கு. ரிஸ்க் ஏற்படும் சாத்தியத்தைக் குறைக்கறது, நிகழ்ந்தால் ஏற்படும் பாதிப்பைக் குறைக்கறது. இதுக்கு ரிஸ்க் நிவாரணம்னு (Mitigation) பெயர். இயந்திரம் பழுதாக சாத்தியம் இருந்தால், அப்பப்பக் கவனித்து அதுக்குப் பராமரிப்பு நடத்தறது இந்த வகையிலே சேரும். இன்னும் சில ரிஸ்க்குகள் நிகழாமல் ஜாக்கிரதையாகப் பார்த்துக் கொள்ள முடியும் (Risk Avoidance). மின்சாரம் நின்று போய் வேலை பாதிக்கப்படலாம்னு ரிஸ்க் இருந்தால், வரிசையா ஜெனரேட்டர் களை நிறுவி, கரண்ட் போனாலும் கவலையில்லாமல் வேலையைத் தொடரலாம். தவிர, சில சின்ன அசம்பாவிதங்கள் ஏற்பட்டால், பெரிசா ஒண்ணும் பாதிப்பு வராது. அது வந்தா வந்துட்டுப் போகுதுன்னு விட்டுடறதும் உண்டு (Risk Acceptance). ஒவ்வொரு ரிஸ்க் தன்மையைப் பொருத்து, இந்தத் திட்டமிடல் நடக்கும்.

வாய்ப்பு (Opportunity) அதிகம் ஏற்படுத்தித் தரும் ரிஸ்க்குகள் நிகழத் தூண்டவும் திட்டமிடலாம். வாய்ப்பை நல்லாப் பயன்படுத்த மற்ற நிறுவனங்கள், நபர்களோடு கூட்டுச் சேர்ந்து ரிஸ்க்கைப் பங்கு போட்டுக் கொள்வது (Sharing), நிகழ வாய்ப்பை அதிகரிப்பது (Enhancing) என்றெல்லாம் திட்டமிடும் வழி முறைகள் உண்டு.

கண்ணிலே விளக்கெண்ணெயை விட்டு, ஒவ்வொண்ணா ரிஸ்க் திட்டம் தீட்டினாலும், இது எதிலும் சிக்காமல், திடீர்னு, திட்டமிடப்படாத ரிஸ்க் ஏதாவது ஏற்படலாம். அதையும் சமாளிக்கணுமே? அதுக்கும் ஒருமாதிரித் திட்டம் தீட்டறது வழக்கம். அவசரகால ஒதுக்கீடு (Contingency Reserve) என்று இதைச் சொல்வாங்க. ப்ராஜக்ட் செலவில் ஒரு குறிப்பிட்ட தொகையை இப்படி ஒதுக்கறது வழக்கம். இது ப்ராஜக்ட் காலமாகவும் இருக்கலாம். அதாவது, இருபத்து நாலு மாசத்துலே ப்ராஜக்ட் முடியும்னு கணக்குப் போடும்போது, கொசுறாக இன்னும் ஒரு மாசத்தைக் கூட்டி அதை இருபத்தஞ்சுன்னு திட்டம் தீட்டி சகலமானவர்க்கும் அறிவிச்சு நடத்திப் போகலாம். எதாவது திடீர்னு நடந்து பத்து நாள் வேலை நின்னாலும், இந்தக் கொசுறு ஒதுக்கீடு கைகொடுத்து சொன்ன சொல்லைக் காப்பாற்றி ப்ராஜக்டை முடிக்க வைக்கும்.

ரிஸ்க் நிர்வாகத்தின் கடைசி செயல்முறை ரிஸ்க்கைக் கண்காணித் தல், மற்றும் கட்டுப்படுத்துதல் (Risk Monitoring and Control). ப்ராஜக்ட் நடக்கும்போது ஏற்படக்கூடிய ஒவ்வொரு ரிஸ்க்கை யும் எப்படி, எந்தத் தகவல் அடிப்படையில் அடையாளம் காண்றது, அது நிகழக்கூடிய சாத்தியத்தை ப்ராஜக்டின் போக்கை வைத்து எப்படித் தீர்மானிப்பது, சந்திக்க எந்தவிதமான வழி முறை எடுக்கலாம்னு திட்டமிடுவது எப்படின்னு வகைப்படுத் துவது, ரிஸ்க் ஏற்பட்டால் அதைச் சந்திக்கறது யார் பொறுப்பு, செலவுக்கு நிதி ஒதுக்குவது யார் பொறுப்புன்னு ஆளைப் பிடிச்சுப் போடறது இதெல்லாம் அடங்கிய வழிமுறை இது.

ரிஸ்க் கடந்துபோனதும் பாதிப்பைக் கணக்கிட்டு ஏற்கெனவே உத்தேசமாகத் தீர்மானிச்சிருந்த அளவைவிட இது அதிகமா, குறைவான்னு ஆய்வு செய்யறது, பாதிப்பு அதிகம் அப்படீன்னா, அந்த ரிஸ்க் மறுபடி நிகழக்கூடிய சாத்தியம் இருந்தால், நடவடிக்கையிலே என்ன மாற்றம் தேவைன்னு திட்டமிடறது இப்படியான சமாசாரங்களும் இந்த ரிஸ்க் கண்காணித்தல் மற்றும் கட்டுப்படுத்துதல் செயல்முறையிலே வரக்கூடியது.

29

கொள்முதல் நிர்வாகம்

'ப்ராஜக்ட் நிர்வாகத்தின் கடைசிப் பகுதியான கொள்முதல் நிர்வாகம் (Procurement Management) என்ற பிரிவுக்கு உங்களை அழைத்துச் செல்வதில் எல்லையில்லாத மகிழ்ச்சி அடைகிறேன்' - தொடர்ந்து பாடம் நடத்திக் கம்மியிருந்த குரலை முயற்சி செய்து மேலே உயர்த்தியபடி டிஜிட்டல் குரு புன்னகைத்தார்.

இதுவரை ப்ராஜக்ட் நிறைவேற்றும் நிறுவனத்தின் பார்வையில் ப்ராஜக்ட் மேனேஜ்மெண்ட் என்ற பெருங்கடலைக் கடந்து சென்ற நமக்கு அக்கரையிலிருந்து, அதாவது ப்ராஜக்ட்டைக் குத்தகைக்கு விடுகிற நம் வாடிக்கையாளரின் பார்வையிலிருந்து ப்ராஜக்ட் நிர்வாகத்தைப் பார்க்கச் சான்றோர் ஏற்படுத்திய வாய்ப்பு இந்தப் பிரிவு.

ப்ராஜக்ட்டைக் குத்தகைக்கு வெளியாரிடம் இருந்து விடும் நிறுவனம் கடைப்பிடிக்க வேண்டிய வழி முறைகள் இதெல்லாம்தான்: என்ன கொள்முதல்

செய்யவேண்டும் என்று திட்டமிடுதல் (Plan Purchases and Acquisitions), ஒப்பந்தம் செய்து கொள்வதைத் திட்டமிடுதல் (Plan Contracting), சேவையை அளிக்க முன்வரும் விற்பனையாளர் களிடமிருந்து பெற வேண்டிய விவரங்களைத் திட்டமிடுதல் (Request Sellers' Response), சேவையாளர்களைத் தேர்ந்தெடுத்தல் (Select Sellers), ஒப்பந்த நிர்வாகம் (Contract Administration), ஒப்பந்தங்களை முடிவு செய்தல் (Contract Closure).

ஒப்பந்தம் என்பது ப்ராஜக்ட் நடத்தித் தரும் நிறுவனத்தையும், அந்தச் சேவையைப் பெற முன்வந்த வாடிக்கையாளரையும் சட்டரீதியாகப் பிணைப்பது. ஒப்பந்தத்தில் குறிப்பிட்டிருக்கும் படி குறிப்பிட்ட காலத்தில் ப்ராஜக்டை முடித்துக் கொடுக்க வேண்டியது முன்னவர் பொறுப்பு என்றால், ஒப்பந்த அடிப் படையில் அதற்கான தொகையை அவ்வப்போதோ அல்லது முழுமையாகவோ குறிப்பிட்ட காலத்தில் அளிக்கவேண்டியது வாடிக்கையாளர் பொறுப்பு.

பெரிய ப்ராஜக்ட் என்றால் அது பல பிரிவுகளாக அமைந்து ஒவ்வொன்றுக்கும் தனித்தனியான சேவையாளர்கள் தேர்ந் தெடுக்கப்படுவது வாடிக்கை. அவர்கள் எல்லோரையும் ப்ராஜக்ட் தேவைக்கு ஏற்றபடி ஒரே நேரத்திலோ அல்லது ஒன்றின் பிறகு அடுத்தது என்றோ நிர்வகித்து முழுப் ப்ராஜக்டை வெற்றிகரமாக நடத்தி முடித்துக்கொள்ள வேண்டியதும் வாடிக்கையாளரின் பொறுப்பு.

பல நேரங்களில் ப்ராஜக்டை நடத்தித்தரும் நிறுவனம், அதில் ஒரு பகுதியை இன்னொரு நிறுவனத்திடம் ஒப்படைத்து, நிறை வேற்றி வாங்க நேரும். அப்போது அந்தப் பகுதிக்கு மட்டும் நடத்தித் தரும் நிறுவனம் வாடிக்கையாளர். சேவையை அளிக்கும் அடுத்த நிறுவனம் உப சேவையாளர் (Sub Contractor). ஆக, ஒரே நேரத்தில் ப்ராஜக்ட் நடத்தித்தரும் நிறுவனம் தன் வாடிக்கையாளருக்குச் சேவையாளராகவும், உப சேவையாள ருக்கு வாடிக்கையாளராகவும் அவதாரம் எடுத்துச் செயல்பட வேண்டிவரும்.

சரி, இனி கொள்முதல் நிர்வாக வழிமுறைகளில் நுழையலாம். முதலாவது, ஏற்கெனவே சொன்ன கொள்முதல் திட்டமிடுதல் (Plan Purchases and Acquisition). எந்தச் சேவையை அல்லது ப்ராஜக்ட் பகுதியை வெளியாரைக் கொண்டு ஒப்பந்த

அடிப்படையில் நிறைவேற்றலாம், முழு ப்ராஜக்டின் காலம், ஒதுக்கப்பட்ட தொகை ஆகியவற்றின் அடிப்படையில் அந்த ப்ராஜக்ட் பகுதியை எப்போது தொடங்கி, எப்போது பெறலாம், தேவையை நிறைவேற்றித்தரக் கூடிய நிறுவனங்கள் எவையெல் லாம், அவற்றிடம் பெற வேண்டிய விவரங்கள், அவர்களில் ஒருவரையோ, சிலரையோ தேர்ந்தெடுக்கும் வழிமுறைகள், அவர்களுக்குத் தரவேண்டிய நிதி, தளவாடப் பொருள்கள், உரிமங்கள், கருவிகளை அளிப்பது, கருவிகள் சரியாக இயங்கத் துணை புரிவது, கருவிகளைத் திரும்பப் பெறுவது பற்றிய செயல்முறைகள், வேலை நடக்கும்போது கண்காணிப்பது, திட்டத்தின் அடிப்படையில் நிறைவேற்றி அளிக்கப்படும் சேவைப் பகுதி அல்லது உருவான பகுதியை (Deliverables) தரம் பரிசோதித்து ஏற்றுக் கொள்ளும் வழிமுறைகள், திருப்தியில்லாத பட்சத்தில் ஒப்பந்தத்தை உடனடியாக முடிவுக்குக் கொண்டு வரவோ அல்லது எல்லாம் சீராக நடக்கும்போது ஒப்பந்த அடிப்படையில் குறித்த காலகட்டத்தில் அதை முடிந்தது என்று அறிவிக்கவோ கைக்கொள்ள வேண்டிய செயல்கள் என்று கலந்து கட்டியாகத் திட்டமிடுதல் இந்தக் கொள்முதல் திட்ட மிடுதல் என்ற வழிமுறையில் அடங்கும்.

நாமே உருவாக்கிக் கொள்ளலாமா அல்லது வெளியாரைக் கொண்டு செய்விக்கலாமா என்று ஆய்வு செய்தல் (Make or Buy analysis), மூத்தோர் அனுபவ மொழி (Expert Judgement) போன்றவை இந்தத் திட்டமிடுதலுக்கான கருவிகளும் தொழில் நுட்பமுமாகும் (Tools and Techniques).

அவற்றோடுகூட, எந்த விதமான ஒப்பந்த முறை பொருத்தமானது (Contract Type) என்று ஆராய்வதும் இந்தத் திட்டமிடுதலின் பகுதியாகும். ஒரு தொகையை அளித்து அதற்குள் ப்ராஜக்ட் உருவாக்கப் பொருளை அல்லது சேவையை (Deliverable) குறிப் பிட்ட காலகட்டத்துக்குள் நிறைவேற்றித் தரவைக்க முடியும். இது குறித்த விலை ஒப்பந்தம் (Fixed Price Contract) எனப்படும். இந்த முறையில் அமைந்த ஒப்பந்தத்தில், குறிப்பிட்ட நிதிக்குள் ப்ராஜக்டை நடத்தித் தர முடியுமானால், சேவையாளருக்கு லாபம். கொடுக்கப்படும் தொகைக்கு மேலே போனால் அவர்களுக்கு நஷ்டம் ஆனால் வாடிக்கையாளருக்கு லாபம்.

செலவான உழைப்பு, பொருளை ஈடுகட்ட ஒப்பந்தம் செய்து கொள்வதும் உண்டு (Cost Re-imbursible Contract). இந்த ஒப்பந்த

அடிப்படையில் ப்ராஜக்டை நிறைவேற்றும் நிறுவனம் கொடுக்கப்பட்ட காலத்துக்கும் மேலாக, அல்லது எதிர்பார்த்த உழைப்புக்கு அதிகமாக ஈடுபடுத்தி ப்ராஜக்டை நீட்டித்துக் கொண்டுபோக வாய்ப்பு உண்டு. அப்போது வாடிக்கை யாளருக்கு நஷ்டம், சேவையாளருக்கு லாபம். இந்த அசம்பா விதம் நிகழாமல் தடுக்க, குறித்த காலத்திலோ அல்லது அதற்கு முன்போ முடித்துக் கொடுத்தால் ஊக்கத் தொகை அளிக்க வாடிக்கையாளர்கள் ஒப்பந்தத்தில் வகை செய்வது உண்டு (Cost Plus Incentive Fee Contract).

முன்னால் சொல்லப்பட்ட இரண்டு வகை ஒப்பந்தத்தின் பகுதி களும் அடங்கிய இன்னொரு ஒப்பந்த வகை உண்டு. அது காலம் - பொருள் ஒப்பந்தம் என்று பொதுவாக அறியப்படுவது (Time and Materials Contract). நடத்தி முடிக்க வேண்டிய காலம் பற்றிய வரையறை இல்லாவிட்டாலும், ஒருநாள் அல்லது ஒரு மணிநேர ஊதியமாக இந்த இந்தப் பிரிவு உழைப்புக்கு இவ்வளவு தொகை அளிக்கப்படும் (Unit Price) என்று இந்த வகை ஒப்பந்தத்தில் வாடிக்கையாளர் - சேவையாளர் ஆகிய இரண்டு தரப்பிலும் உடன்படிக்கை ஏற்படும்.

கொள்முதல் நிர்வாகம் என்ற வழிமுறையைப் பயன்படுத்தி, கொள்முதல் திட்டம் (Procurement Plan) வகுக்கப்படும். வாடிக்கையாளர் நிறுவனத்தில் யார் யார் கொள்முதலின் எந்த எந்தக் கட்டத்துக்கு, பணிக்கு பொறுப்பு, நிதி ஒதுக்குவது, சேவையாளருக்கு அதை அளிப்பது, உருவாக்கி அளிக்கப் பட்டதை ஏற்றுக்கொள்வது போன்றவை யாரால் எப்படி நிர்வகிக்கப்படும் என்ற தகவல்களோடு இந்த வழிமுறைக்குள் உட்படுத்தப்பட்டவை என்று ஏற்கெனவே சொன்ன விஷயங் களும் இந்தத் திட்டத்தில் இடம் பெறும். இதோடுகூட, வேலை அறிவிப்பு (Statement of Work - SOW) என்ற ஆவணமும் உருவாக்கப்படும். வாடிக்கையாளர் சேவையாளரிடம் என்ன என்ன எதிர்பார்க்கிறார், எப்போது எந்த முறையில் அவை நிறை வேற்றி அளிக்கப்பட வேண்டும் போன்ற நுண்ணிய தகவல்கள் அமைந்த இந்த வேலை அறிவிப்பு, எல்லோரும், முக்கியமாக ப்ராஜக்ட் நடத்தித் தரும் நிறுவனம், அதன் ப்ராஜக்ட் மேனேஜர், ப்ராஜக்ட் குழுவினர் ஆகியோர் எப்போதும் கவனத்தில் வைத்திருக்கவேண்டிய முக்கியமான ஒன்றாகும்.

30

ப்ராஜக்ட் ஒப்பந்தத் திட்டமிடுதல்

ப்ராஜக்ட் கொள்முதல் நிர்வாகத்தின் அடுத்த வழிமுறை, ஒப்பந்தம் செய்துகொள்வதைத் திட்ட மிடுதல் (Plan Contracting). மொத்த ப்ராஜக்டும் நிறைவேற்றப் போடப்பட்ட திட்டத்தில் (Project Plan) செலவு, காலம், தரம் போன்றவை குறித்து எழுதிவைக்கப்பட்டதோடு எள்ளளவும் மாறுபடா மல் கொள்முதல் நடக்கவேண்டும். அதற்கான ஒப்பந்தப் படிவங்களும் (Standard Forms), கொள் முதல் ஒப்பந்தம் மூலம் நடைபெற வேண்டிய வேலை, உருவாக்க வேண்டிய பொருள் அல்லது சேவை பற்றிய துல்லியமான தகவல்கள் அடங்கிய ஆவணங்களும் (Procurement Documents) இப்போது தயாரிக்கப்படும். சட்டம் மற்றும் குறிப் பிட்ட தொழில்துறை வல்லுனர்கள் உதவி இந்தத் தயாரிப்பில் பயனுள்ளதாக அமையும்.

ஒப்பந்தம் செய்துகொள்ள ஒன்றுக்கும் மேற்பட்ட நிறுவனங்கள் வரலாம் இல்லையா? அப்போது, தகுதியுள்ள நிறுவனத்தைத் தேர்வு செய்வது எப்படி என்று தீர்மானிப்பதும் கொள்முதல் திட்டமிடுதலில்

அடங்கும். இந்தத் தேர்வுக்கு, கொள்முதல் செலவு முக்கியமான அடிப்படை என்றாலும், குறைந்த செலவில் நடத்திக் கொடுக்கிற நிறுவனம்தான் தேர்ந்தெடுக்கப்படும் என்று சொல்லமுடியாது. பொருளாதாரத் தகுதி, அனுபவம், இந்த ஒப்பந்தத்தில் என்ன நிறைவேற்றித்தர வேண்டும் என்று தொழில் நுட்ப அடிப்படையில் புரிந்துகொண்டார்களா, அதை நிறைவேற்ற அவர்களிடம் நிர்வாகத் திறமை இருக்கிறதா என்று பல கோணங்களிலும் ஒப்பந்த நிறுவனங்களை ஒப்பிட்டுப் பார்த்துத் தகுதியானவர் களைத் தேர்வு செய்ய வேண்டும். அதற்கான தகவல் பெறுவது எப்படி, அதை அலசி ஆராய்வது எப்படி என்பதைப் பற்றி முடிவு செய்து கொள்ள வேண்டும். இதை ஒவ்வொரு ப்ராஜக்டுக்கும் செய்யாமல், நேற்று இன்று நாளை நடக்கும் எல்லா ப்ராஜக்டு களுக்கும் பொதுவாக நடத்தி, ஒரு சில தகுதியான காண்ட்ராக்ட் நிறுவனங்களைப் பொறுக்கி எடுத்துத் தகுதிப்பட்டியல் தயாரித்து வைத்துக்கொள்வது (shortlisting vendors) மரபு.

கொள்முதல் நிர்வாகத்தின் அடுத்த வழிமுறை, சேவையை அளிக்க முன்வரும் விற்பனையாளர்களிடமிருந்து பெற வேண்டிய விவரங்களைத் திட்டமிடுதல் (Request Sellers' Response). தொழில்நுட்பச் சேவைகளுக்கு உத்தேச ஆவணம் (Proposal) என்ற வடிவத்தில் தகவல் தரச் சொல்லி ஒப்பந்தம் செய்துகொள்ள வரும் நிறுவனங்கள் கேட்டுக் கொள்ளப்படும். அரசாங்க வேலைகளுக்கு டெண்டர் கோருவது போன்றது இது. ப்ரபோசல்களைக் காதும் காதும் வைத்ததுபோல் வேண்டப் பட்ட நிறுவனத்தைத் தொலைபேசியில் கூப்பிட்டு வாங்கி வைத்துக்கொள்ள முடியாது. தகுதிப்பட்டியலில் இடம்பெற்ற எல்லா நிறுவனங்களுக்கும் உத்தேச ஆவணப்படிவத்தை அனுப்பி வைக்க வேண்டும். பத்திரிகைகளில் விளம்பரம் செய்து கொள்முதல் ஒப்பந்தக்காரர்களை அழைப்பதும் உண்டும். அழைப்பை ஏற்று வந்தவர்களைக் கூட்டி (Vendors Conference) ப்ரபோசலைப் பற்றிய அவர்களுடைய சந்தேகங்களை, கருத்துக் களை அறிந்துகொள்வதும் தேவையானால் மேலதிக விவரங் களை எல்லோருக்கும் அளிப்பதும் தேவை.

கொள்முதல் நிர்வாகத்தின் அடுத்த வழிமுறை சேவையாளர் களைத் தேர்ந்தெடுத்தல் (Select Sellers). தகுதியானவர்களைத் தேர்ந்தெடுக்க வேண்டும் என்று ஒற்றை வரியில் இதைச் சொல்லிவிடலாம். ஆனால், செய்வது சுலபமில்லை. இந்தத்

தேர்ந்தெடுக்கும் காரியத்தில் பலரும் ஈடுபட வேண்டியிருக்கும். உத்தேச ஆவணமாக பல சேவையாளர் நிறுவனங்கள் கொடுத்த தகவலில், தொழில்நுட்பம் பற்றிய தகவல்கள் தனியாகப் பிரிக்கப் பட்டு, தொழிற்பிரிவு சார்ந்தவர்களால் ஒப்பு நோக்கப்படும். ஒப்பந்த மதிப்பு (Contract Value) மற்றும் செலவுத் திட்ட விவரங்கள் நிதிப் பிரிவிடமும், சேவையாளர்கள் தங்கள் தரக் கட்டுப்பாட்டு வழிமுறைகளை விளக்கியிருக்கும் பகுதிகள் தர நிர்ணயப் பிரிவுக்கும் அனுப்பப்படும். இப்படிப் பல கோணங்களில் பரீசீலிக்கப்பட்டபின் தகுதியான சேவையாளர் தேர்ந்தெடுக்கப் பட்டதாக அறிவிக்கப்பட்டு, ஒப்பந்தம் செய்து கொள்ள அழைக்கப்படுவார். தாமதம் இல்லாமல், ஒரு சுபயோக சுபதினத் தில் ஒப்பந்தம் இரண்டு தரப்பிலும் கையொப்பம் இடப்படும்.

கொள்முதல் நிர்வாகத்தின் அடுத்த வழிமுறை, ஒப்பந்த நிர்வாகம் (Contract Administration). சேவையாளரிடம் ஒப்படைக்கப்பட்ட பணி ஒப்பந்தத்தில் சொல்லப்பட்டுள்ளபடி வேலைகள் எல்லாம் சரியாக நடக்கின்றனவா என்று கண்ணில் விளக்கெண்ணெய் விட்டுக்கொண்டு அந்தக்கால ப்ராஜக்ட் மேனேஜர்கள் கண்காணிப்பது வழக்கம். காண்டாக்ட் லென்ஸ் போட்டுக்கொண்டு இந்தக் கால நிர்வாகத் தலைமுறை இதைச் செய்கிறது. நாள், மணி நேர அடிப்படையில் இந்தக் கண் காணிப்பு நடக்க கம்ப்யூட்டர் உதவியும் இப்போது உண்டு.

சேவையாளர் உருவாக்கி அளித்த பொருள் அல்லது சேவை, ஒப்பந்த விதிமுறைகளின்படி அமைந்துள்ளதா என்று பரி சோதித்து ஏற்றுக்கொள்வது, அந்த வேலைக்கான பகுதி ஒப்பந்தத் தொகை அல்லது முழுத் தொகையை அவர்களுக்குக் கொடுக்க நடவடிக்கை எடுப்பது போன்றவையும் இந்த நிர்வாகப் பகுதியில் இடம்பெறும். சேவையாளர் நடத்திவரும் பணி பற்றிய அறிக்கையைக் (Performance Report) கேட்பது, அடிக்கடி அவர்களோடு நேரிலோ அல்லது தொலைபேசி அல்லது வீடியோ கான்ஃபரன்ஸ் மூலமோ வேலை எப்படி முன்னேறுகிறது என்பதைப் பற்றி விவாதிப்பது, நடப்பு திருப்திகரமாக இல்லையென்றால் விளக்கம் கேட்பது போன்ற செயல்களும் ஒப்பந்த நிர்வாகத்தின் பகுதியாகும்.

கொள்முதல் நிர்வாகத்தின் இறுதிக் கட்டமான ஒப்பந்த முடிவுக்கு (Contract Closure) வந்துவிட்டோம் நாம். ஒப்பந்த அடிப்படையில், செய்யவேண்டிய பணி நல்லபடியாக முடிந்து

குறித்த நேரத்தில், குறிப்பிட்ட தரத்தோடு சேவையோ, பொருளோ வந்து சேர்ந்ததை உறுதிப்படுத்திக்கொண்டு, ஒப்பந்தம் முடிந்த தாக அறிவிப்பது இந்தக் கட்டத்தில்தான். ஒப்பந்த வேலை தொடர் பான எல்லா ஆவணங்களையும் தொகுப்பதும் இந்த வேலை நிறைவேறுவதில் ஏற்பட்ட அனுபவங்களைப் பதிவு செய்வதும் கூட ஒப்பந்த முடிவின் பகுதிதான்.

எல்லா ஒப்பந்தங்களும் இப்படி வெற்றிகரமாக முடியும் என்று சொல்லமுடியாது. திருப்திகரமாக நடக்காத ஒப்பந்த வேலை களை நிறுத்தி, ஒப்பந்தத்தை ரத்து செய்ய வேண்டி (Contract Termination) வரும். இதுவும் ஒப்பந்த முடிவு நடவடிக்கையாகத் தான் கருதப்படும். அப்படி ஒப்பந்தம் ரத்தாகும்போது, ஒப்பந்தப் படி நஷ்ட ஈடு கோர நடவடிக்கை எடுப்பது ஒப்பந்த முடிவுப் பணியின் தொடர்ச்சியாகும்.

●

குரு பாடத்தை நிறுத்தினார். குடிலின் வெளியே தோட்டத்தில் பறவைகளின் சத்தம் மட்டும் தொடர்ந்தபடி இருந்தது.

‘ஒரு கதையோடு முடிக்கிறேன். பொழுது சாய்ந்துகொண்டு வரும் நேரம். கற்கள் நிறைந்த ஒரு நீண்ட நிலப்பரப்பில் சில வழிப் போக்கர்கள் நடந்து போகிறார்கள். அப்போது அசரீரி ஒலிக்கிறது: ‘கீழே குனிந்து முடிந்த வரை கற்களை எடுத்துப் பத்திரப்படுத்திக் கொள்ளுங்கள். காலையில் இந்தப் பிரதேசத்தை விட்டு வெளியே வரும்போது நீங்கள் மகிழ்ச்சி அடைவீர்கள். கூடவே துக்கமும் அடைவீர்கள்.’ அப்படியே செய்கிறார்கள் அவர்கள். விடிகிறது. அவர்கள் பொறுக்கி எடுத்த கற்கள் எல்லாம் தங்கமாக மாறி யிருப்பதைப் பார்த்து ஏக மகிழ்ச்சி. இன்னும் கொஞ்சம் கல் எடுத்து வந்திருக்கலாமே, அதுவும் தங்கமாகி இருக்குமே என்று கூடவே துக்கம்.’

குரு எழுந்தார்.

‘எவ்வளவு தங்கம் கொண்டு போகிறீர்கள் என்று உங்களிடம் கேட்கப்போவதில்லை. வாழ்வில், தொழிலில் வெற்றி நிச்சயம் என்ற நம்பிக்கையோடு போய்வாருங்கள்.’

மெல்ல நடந்து அவர் உள்ளே போனார்.

Printed by Libri Plureos GmbH in Hamburg,
Germany

9 788184 935424